வாழ்க்கைக் கூத்து

(சொற்பொழிவுகள்)

கி. வா. ஜகந்நாதன்

Title: Vazhkai Koothu

Author: Ki. Va. Jagannathan

Language: Tamil

First Published on: 1956

Year of Publication: 2025

Book Format: Paperback

*Page Size: 6inch * 9inch*

Category: Religious

Subject: Religious Essays

No. of pages: 154

ISBN: 978-81-998877-4-9

Published by: Nilan Publishers, Madurai, Tamilnadu, India

பொருளடக்கம்

குறிப்புகளுக்காக

முகவுரை

அருணகிரிநாதர் முருகனுடைய திருவருளால் புலமை பெற்றவர்; கவிபாடும் ஆற்றலைப் பெற்றவர்; அவன் திருவருளால் பிரபஞ்சச் சேற்றைக் கழுவித் தூய ஆனந்த வாரியில் ஆழும் பேறு பெற்றவர்; தாம் பெற்ற இன்பத்தை உலகமும் பெற வேண்டும் என்ற கருணை உடையவர். அந்தக் கருணையினால் பாடிய பாடல்களே திருப்புகழ், கந்தர் அலங்காரம், கந்தர் அநுபூதி முதலியவை.

தமக்குப் புலமை முருகன் திருவருளால் வந்ததென்பதைப் பல இடங்களில் அவர் சொல்கிறார். கந்தர் அலங்காரத்தில், முருகன் சிற்றடி, "என்பாவடி ஏட்டிலும் பட்டதன்றோ?" என்று பாடுகிறார். அவர் சொல்லுகிற அடி ஏடு அவருடைய உள்ளம். முருகனுடைய சின்னஞ்சிறிய குழந்தைத் திருவடி அவர் உள்ளத்திலே பதிந்ததாம். அதிலிருந்து பாக்கள் வந்தனவாம். கந்தர் அநுபூதியில்,

"யாம்ஓ தியகல் வியும்எம் அறிவும்
தாமே பெறவே லவர்தந் ததனால்"

என்று பாடினார். அவர் உள்ளத்தில் இறைவன் திருவடி பட்டது. அதன் விளைவாக அவர் நாவின் வழியே பாக்கள் வெள்ளமாகப் பெருக்கெடுத்தன.

முருகன் திருவருளால் பெற்ற புலமையை அவனுக்கே அர்ப்பணமாக்கினார்.

"அருணதள பாதபத்மம் அதுநிதமு மேதுதிக்க
அரியதமிழ் தானளித்த மயில்வீரா"

என்று பாடுகிறவர் அல்லவா?

இந்தப் புத்தகத்தில் "தாவடி யோட்டு மயிலிலும்" என்ற கந்தரலங்காரப் பாட்டு இருக்கிறது. அதில்தான் "என் பாவடி யேட்டிலும் பட்டதன்றோ?" என்று பாடுகிறார்.

இந்தப் புத்தகத்தில் ஏழு அலங்காரப் பாடல்கள் உள்ளன. அருணகிரியாரின் இயல்புகளை உணர இந்த ஏழு பாடல்களும் உதவுகின்றன. அருட்புலமை பெற்ற அவருடைய பக்தித் திறத்தையும், கருணைப் பெருக்கையும், அநுபவ முதிர்ச்சியையும் காண்கிறோம். முருகன் அருளால் தாம் பாடும் ஆற்றல் பெற்றதையும், எல்லாவற்றையும் மறந்து நிற்கும் அனுபவம் பெற்றதையும் பாடுகிறார்.

"நின்னை உணர்ந்து உணர்ந்து எல்லாம் ஒருங்கிய
நிர்க்குணம்பூண்டு
என்னை மறந்திருந்தேன்! இறந்தே
விட்டது இவ்வுடம்பே"

என்ற அநுபவம் மிக மிக உயர்ந்தது. உலகில் உள்ள மக்களிடம் பற்றையும், பொருள்களிடம் ஆசையையும் வைத்த மனம் முருகனை நிலையாக நினைக்கக்கூடத் தெரிந்து கொள்ளவில்லை. ஒரு கணத்தில் எண்பது கோடி நினைந்து எண்ணும் வேகம் உடையது அது. அத்தகைய மனம் ஒன்றையே நினைப்பது அருமை. நினைந்து நினைந்து பழகிப் பின்பு ஒன்றை உணர்வது பின்னும் அருமை. முருகனை உணர்ந்து உணர்ந்து உள்ளத்தின் ஆற்றல் முழுவதும் ஒருமுகப்பட்டால் உள்ளமே நின்றுவிடுகிறது; தன்னையே மறக்கும் நிலை வருகிறது; அங்கே உடம்புக்கு என்ன வேலை?

இந்த அநுபவம் அருணகிரிநாதருக்குக் கிடைத்தது. நமக்கும் இது கிடைக்காதா என்று அன்பர்களுக்கு ஆர்வம் உண்டாக வேண்டுமென்றே இதைச் சொல்கிறார்.

இத்தகைய அநுபவத்தை நுகர்ந்த அவர் இனிப் புதிதாகப் பெறப் போகிறவரைப் போல, மனத்தைப் பார்த்து ஒரு பாட்டில் பேசுகிறார். பக்குவம் பலவகை. முருகன்

திருவடியிலே அன்பு வைத்து உருகும் ஒருவன் தன் மனத்தைத் துணையாக்கிக் கொண்டு இன்ப நிலையை அடைய முயலுகிறான். அவன் சொல்வது போல இருப்பது அந்தப் பாட்டு. 'இக்கரை கடந்து வேலாயுதனைத் துணைக் கொண்டு அக்கரைக்குப் போகலாம் வா, மனமே' என்று அழைப்பவர் போலப் பாடுகிறார்.

"அல்லும் பகலும் இல்லாச்
சூதானது அற்ற வெளிக்கே ஒளித்துச்
சும்மா இருக்கப்
போதாய் இனி மனமே"

என்று சொல்கிறார்.

தம்முடைய நிலை மிக உயர்ந்ததாக இருந்தாலும் மற்றவர்களையும் உயர்த்த வேண்டும் என்ற கருணை உள்ளவர் அருண கிரிநாதர். அவர்கள் நிலையையே தமதாக எண்ணிப் பாடும் இடங்கள் பல. சற்றே உயர்ந்த பக்குவ நிலையில் இருப்போர் பாடுவதாகச் சொன்னது மேலே சொன்ன பாட்டு. பெரும்பாலான மக்கள் அந்த நிலையில் இல்லை. பாசத்துட் கட்டுப்பட்டு ஐம்பொறிகளின் போக்கிலே மனத்தை அலைய விட்டுச் சுழன்று திரிகிறவர்களே பலர். அவர்களுக்கும் முருகன் அருள் கிடைக்க வேண்டும். அவர்களோ தமக்கு இன்ன அல்லல் வந்திருக்கிறது என்பதையே தெரிந்து கொள்ளாமல் உழல்கிறார்கள்; ஐம்பொறி களுக்கு அடிமையாகி உலக அரங்கில் ஆடுகிறார்கள்.

வாழ்க்கையை நாடகமாகச் சொன்னவர்கள் உண்டு. அருண கிரியாரும் ஒரு வாழ்க்கைக் கூத்தைக் காட்டுகிறார். ஒருவர் திரைக்குப் பின் இருந்து ஆட்டப் பாவைகள் ஆடும் கூத்து ஒன்று உண்டு; அதற்குப் பாவைக் கூத்து என்று பெயர். ஐந்துபேர் ஆட்ட ஒரு பாவை ஆடுகிற கூத்து வாழ்க்கைக் கூத்து. நெஞ்சாகிய ஒன்று ஐவருடைய செயலுக்கு உட்பட்டுச் சுழலுகிறது. 'இத்தகைய கூத்துக்கு ஆட்பட்டு நான்

திண்டாடுகிறேன்; என்னை ஈடேற்ற வேண்டும், முருகா!' என்று வேண்டுகிறார் அருணகிரியார்.

**"குப்பாச வாழ்க்கையுள் கூத்தாடும்
ஐவரிற் கொட்படைந்த
இப்பாச நெஞ்சனை ஈடேற்றுவாய்"**

என்பது அந்த வேண்டுகோள். 'நின்னை உணர்ந்து உணர்ந்து எல்லாம் ஒருங்கிய நிர்க்குணம் பூண்டு, என்னை மறந்திருந்தேன்' என்று சொன்னவரே இப்படிச் சொல்கிறார். இந்தப் பிரார்த்தனைப் பாட்டு, கந்தரலங்காரத்தில் 14-ஆவது பாட்டு. "என்னை மறந்திருந்தேன்'" என்ற அநுபவப் பாட்டு 19-ஆவது பாடல்.

14-ஆவது பாட்டுப் பாடுகிறபோது அப்படி இருந்தார். 19-ஆவது பாடலைப் பாடுகையில் உயர்ந்து விட்டார் என்று சொல்லலாமா? இதற்கு முன்பும் இத்தகைய அநுபவங்களைச் சொல்லியிருக்கிறார். கந்தர் அலங்காரத்தின் முதற் பாட்டே,

**"பிரபஞ்சம் என்னும்
சேற்றை கழிய வழிவிட்டவா!"**

என்றல்லவா சொல்கிறது? பிரபஞ்சச் சேற்றை இறைவன் அருள் நீரினால் கரைத்துப் போக்கிவிட்டவர் அருணகிரிநாதர், அவருக்குப் பாச நெஞ்சு ஏது? ஐவரினால் சுழற்சி ஏது?

உலக வாழ்க்கையில் ஈடுபட்டு ஐவர் அடிக்கும் கூத்திலே சிக்கிச் சுழலும்த மனமுடையார்களுக்காகப் பாடிய பாட்டு இது. அவர்கள் வாயில்லாப்பூச்சிகள் என்ற இரக்கத்தால், அவர் களுக்காகப் பாடியது; அவர்களைத் தாமாகவே கருதிப் பாடியது. இத்தகைய வேண்டுகோட் பாடல்களை நாம் முருகன் சந்நிதானத்துக்குச் சென்று வழிபடும்போது பாடி உருக வேண்டும்.

இப்புத்தகத்தில் உள்ள பாடல்களில் இரண்டு அருணகிரியார் தாம் பெற்ற பேற்றைச் சொன்னவை; ஒன்று தம் மனத்தை

நோக்கிச் சொல்வதாக அமைந்தது; மற்றொன்று பிரார்த்தனையாக உள்ளது. எஞ்சிய மூன்றும் உலகத்தவரைப் பார்த்து இன்னவாறு ஒழுகுங்கள் என்று உபதேசம் செய்யும் முறையில் இருப்பது. அறம், பொருள், வீட்டுநெறி என்ற மூன்று திறத்தில் இந்த உபதேசங்கள் அமைந்துள்ளன. தாம் ஈட்டியவற்றைப் பிறருக்கும் பகிர்ந்தளிக்க வேண்டும் என்று சொல்கிறார். ஈகை என்பது பொருள் நிரம்பியவருக்கு மாத்திரம் உரியதன்று. யாரும் அறம் செய்யலாம். தாம் தாம் பெற்றதைப் பிறருக்கும் இட்டு உண்ணுவதே அறம். தாம் உண்ணுவது சிறிதாயினும் அதிலும் ஒரு சிறு பங்கைப் பிறருக்கு வழங்க வேண்டும். இந்தக் கருத்துக்களை இரண்டு பாடல்களில் வெளியிடுகிறார்.

"தானம் என்றும் இடுங்கோள்"

என்று பொதுவாகச் சொன்னவர்,

"வையிற் கதிர்வடி வேலோனை வாழ்த்தி
வறிஞர்க்கென்றும்
நொய்யிற் பிளவள வேனும் பகிர்மின்கள்"

என்று வசதியில்லாதவர்களும் அறம் செய்யும் முறையைச் சொல்லித் தருகிறார்.

பொருளைப் பிறருக்கு ஈவதுதான் அதனை ஈட்டுவதற்குப் பயன். ஈயாமல் ஈட்டித் தொகுக்கும் பொருளாலே இம்மையிலும் பயன் இல்லை; மறுமையிலும் பயன் இல்லை.

"வெய்யிற் கொதுங்க உதவா உடம்பின்
வெறுநிழல் போல்
கையில் பொருளும் உதவாது காணும்
கடைவழிக்கே"

என்றும்,

"உங்கள் வல்வினை நோய்
ஊழிற் பெருவலி உண்ணவொட்
டாது உங்கள் அத்தம் எல்லாம்
ஆழப் புதைத்துவைத் தால்வரு,
மோநும் அடிப்பிறகே"

என்றும் பாடுவது காண்க.

உலகில் நன்றாக வாழவேண்டுமானால் முருகனைப் பணிந்து அன்பு செய்ய வேண்டும் என்று எதிர்மறைமுகமாகக் குறிப்பிக்கிறார்.

"கோழிக் கொடியன் அடி பணி
யாமல் குவலயத்தே
வாழக் கருதும் மதியிலிகாள்!"

அமைதியுடைய வாழ்வே வாழ்வாகையால், அமைதியைத் தரும் இறையன்பு வாழ்க்கைக்கு இன்றியமையாதது. நன்றாக வாழ்வதாக எண்ணுகின்ற வாழ்க்கை வெறும் போலி வாழ்க்கை; இறுதியில் சாவிலே முடியும் வாழ்க்கை; வளர்த்த ஆசைகளையும் வளர்த்த உறவுகளையும் வளர்த்த தாபனங்களின் மேல் உள்ள பற்றையும் வளர்த்த உடம்பையும் சுடுகாட்டிலே பொசுக்கிவிடும் வாழ்க்கை. இங்கே தொடங்கின முயற்சி அங்கே பலிக்க வேண்டும். அத்தகைய வாழ்வே வாழ்வு. அல்லாதது வாழ்வு அன்று.

"வாழ்கின்றாய் வாழாத நெஞ்சமே! வல்வினைப்பட்டு
ஆழ்கின்றாய், ஆழாமற் காப்பானை ஏத்தாதே"

என்று மணிவாசகர் பேசுகிறார். நெஞ்சம் தான் நன்றாக வாழ்வதாகவே எண்ணி ஏமாந்து நிற்கிறது. "இது வாழ்வு அன்று; திடீரென்று அற்றுவிடும் கனவு. இந்த வாழ்வு பின்வரும் நீடிய இன்ப வாழ்வுக்கு வேராக, வித்தாக இருக்க வேண்டும். வல்வினைப் பட்டு ஆழாமல் காப்பானை ஏத்துவதே அதற்கு வழி" என்று மணிவாசகர் சொல்வதையே அருணகிரியார், "கோழிக்கொடியன் அடிபணியாமல்

வாழ்ந்துவிடலாம் என்று மதிமோசம் போகிறவர்களே!" என்று வேறு வகையில் சொல்கிறார். "கோழிக்கொடியன் அடிபணியுங்கள்; நீங்கள் நன்றாக வாழலாம்" என்ற உபதேசமாகவே அதைக் கொள்ளவேண்டும்.

பின்னும் சில உபதேசங்களை அருணை முனிவர் இந்தப் பாடல்களில் சொல்கிறார். தானமும் தருமமும் செய்து, கோழிக் கொடியன் அடிபணியச் சொன்னவர் மனத்தைப் பண்படுத்தும் வழியையும் சொல்கிறார். மனம்போன போக்கிலே திரிந்து அதற்கு அடிமையாகிவிட்டால் நமக்கு மீட்சி இல்லை. அதன் போக்கிலே முட்டுக்கட்டை போடவேண்டும். வெகுளியைப் போக்க வேண்டும். சிறிதும் சலியாமல், 'அது வேண்டும்; இது வேண்டும்' என்று அலையாமல், 'ஐயோ இது கிடைக்குமா!' என்று ஏங்காமல், இருந்தபடி இருக்க வேண்டும்.

"தடுங்கோள் மனத்தை; விடுங்கோள்
வெகுளியைத்; தானம் என்றும்
இடுங்கோள்! இருந்தபடி இருங்கோள்"

என்னும் பொன்னான உபதேசத்தை அருணகிரியார் கூறுகிறார்.

முருகனுடைய திருக்கோலத்தையும், அவனுடைய வீர விளையாடலையும் சொல்லாவிட்டால் இது கந்தருடைய அலங் காரம் ஆகாதே! அவற்றை அங்கங்கே இணைத்து இணைத்துப் பாடுகிறார். அவன் கை ஆறு இரண்டு உடையவன்; சண்முகன்; அவன் திருமார்பில் கடம்ப மலர்மாலை விளங்குகிறது.

அவன் திருவடி தாமரை மலரைப் போன்றது. அந்தப் பாதாரவிந்தங்களில் அடியார்கள் அருச்சித்த வெட்சி மலர் பொலிவு பெற்றுத் தோன்றுகிறது. தண்டையை அணிந்த திருவடி அது. அதனை அடியார்கள் அரணாகப் பற்றிக் கொள்கிறார்கள். அது தாவடி ஓட்டும் மயிலின் மேல்

அமர்கிறது; தேவர் தலையிலே படுகிறது; அருணகிரியார் பா அடியேட்டிலே பதிகிறது.

அவன் திருக்கரத்தில் வேல் விளங்குகிறது. அது கூர்மையான வேல். வேதமும் ஆகமமுமே முருகன் கையில் வேலாக விளங்கு கின்றன. அழகுடைய அந்தச் சித்திர வேலால் அவன் சூரனுடைய மார்பையும் கிரவுஞ்ச மலையையும் துளைத்தான். கிரவுஞ்ச மலை சொன்னமயமானது. அதனை ஊடுருவிச் சென்றது அந்தக் கதிர்வேல்.

அவன் தன் திருக்கரத்தில் கோழிக் கொடியைப் பிடித்திருக்கிறான்.

குழந்தை முருகன் தன் பன்னிரண்டு கைகளாலும் சப்பாணி கொட்டுகிறான். அப்போது எட்டுத் திக்கிலும் உள்ள மலைகள் பிளந்து பாதி பாதியாய் விழுகின்றன; மேருமலை குலுங்குகிறது. "நாங்கள் பிழைத்துப் போனோம்" என்று தேவர்கள் குதுகலிக்கிறார்கள்.

ஒரு பாட்டில் முருகப் பெருமானுடைய மாமா வருகிறார். வாமனராகவும் திரிவிக்கிரமராகவும் வருகிறார்.

"மாவலிபால்
மூவடி கேட்டன்று மூதண்ட கூட முகடுமுட்டச் சேவடி நீட்டும் பெருமான்"

என்று திருமாலைக் காட்டிப் பின்பு அவனுடைய மருகனாகிய முருகனைக் காட்டுகிறார்.

இந்தச் சொற்பொழிவுகளில் பாடல்களின் விளக்கம் விரிந்து நிற்கிறது. பல பெரியார்கள் சொன்ன கதைகளை இடையிடையே சொல்லியிருக்கிறேன். இராமகிருஷ்ண பரமஹம்ஸர் கூறிய கதைகள் வரும். டால்ஸ்டாய் கதை வரும். புதிய கதையும் வரும். அப்படியே பழைய உவமைகளும் புதிய உவமைகளும் விரவியிருப்பதைக்

காணலாம். நுட்பமாக உள்ள கருத்தைச் சொற்பொழிவில் விளக்கும் போது இவைகளெல்லாம் உபகாரமா கின்றன.

சில இடங்களில் மேற்கோளாகக் காட்டும் பாடல்களுக்கும் விளக்கம் கூறியிருக்கிறேன். திருக்குறட் பாக்களும் திருவாசகப் பாடலும் இப்புத்தகத்தில் விளக்கம் பெறுவதைக் கண்டு, மற்றொன்று விரித்தல் என்று அன்பர்கள் கொள்ள மாட்டார்கள் என்று எண்ணுகிறேன். சொல்ல வந்த கருத்துக்கு உபகாரமாக உள்ள அப்பாடல்களின் பொருள் தெளிவாகத் தெரிந்தால்தான் எடுத்துக் கொண்ட கருத்தோடு ஒப்பு நோக்க இயலும்; ஆதலால் விளக்க வேண்டியது இன்றியமையாததாயிற்று.

கந்தர் அலங்காரப் பாடல்கள் இலக்கியச் சுவைக்காக மாத்திரம் படிப்பவை அல்ல; அருணகிரியார் பெருமையை உணர்ந்து பாராட்டுமளவில் நிற்பதற்காகவும் இவற்றைப் படிக்கக் கூடாது. நம்முடைய வாழ்க்கைக்குப் பயன்படும் கூறுகள் இவற்றில் உண்டா என்று ஆராய்ந்து, அவற்றை மேற்கொள்ள வேண்டும். இந்தக் கருத்தைச் சொற்பொழிவுகளில் அவ்வப்பொழுது வற்புறுத்தி வருகிறேன். இந்தப் புத்தகத்தில் உள்ளவற்றிலும் அத்தகைய இடங்கள் சில இருக்கும்.

வழக்கம் போல் இந்தச் சொற்பொழிவுகளை எழுத்து வடிவம் எடுக்கும்படி செய்யும் அன்பர் ஸ்ரீ அனந்தன் அவர்கள் உதவி நீளுகிறது; அதனால் புத்தக வரிசையும் நீண்டு வருகிறது.

தேனாம்பேட்டைக் கோயில் தர்மகர்த்தர்களுடைய பேரார்வமும் கேட்கும் அடியார்களுடைய அன்பும் இணைந்து இச்சொற் பொழிவுகளை நன்றாகச் செய்ய வேண்டும் என்ற ஊக்கத்தை எனக்கு அளிக்கின்றன.

எழுத்தாக வடிவெடுத்த சொற்பொழிவுகளைப் புத்தகமாகத் திரட்டிக் கோலம் செய்யும் உதவியை அமுத நிலையம் மேற்கொண்டிருக்கிறது. அதன் தலைவர் ஸ்ரீ. ரா.ஸ்ரீ. ஸ்ரீகண்டன் அவர்கள் அன்பே இதனைச் செய்விக்கிறது.

எல்லோருக்கும் நன்றி.

கி.வா. ஜகந்நாதன்

04.12.1956

வாழ்க்கைக் கூத்து

முருகப் பெருமானுடைய பெருமையை அலங்காரமாகச் சொல்லி வருகிறார் அருணகிரியார். எம்பெருமான் மெல்ல மெல்லத் தவழ்ந்து வர, அவன் இடையில் கட்டப்பட்டுள்ள கிண்கிணி ஒலிக்கிறது. அந்த நாதத்தினாலே மேரு மலையும், ஏனைய எட்டுக் கிரிகளும் அசைகின்றன. அதனை முன்னே சொன்னார். அந்தப் பெருமான் சற்று வளர்ந்துவிட்டான். இப்பொழுது எழுந்து உட்கார்ந்து கொண்டான்; உட்கார்ந்து கொண்டு கையைத் தட்டுகிறான்.

குழந்தைப் பருவம்

குழந்தைகள் வளரும்போது ஒவ்வொரு பருவத்திலும் ஒவ்வொரு விளையாட்டுச் சிறப்பாக இருக்கும். குழந்தை பிறந்த ஒன்பதாம் நாள் அதற்குக் காப்பு இடுவார்கள்; தெய்வங்கள் இந்தக் குழந்தையைக் காப்பாற்ற வேண்டுமென்று சொல்லி, வேப்பிலைக் காப்பும், தங்கக் காப்பும், வெள்ளிக் காப்பும் இடுவார்கள். அந்தப் பருவத்தைப் பிள்ளைத் தமிழில் வருணிப்பார்கள் புலவர்கள். அதுவே காப்புப் பருவம். அடுத்தபடி தொட்டில் இடுவார்கள். தொட்டில் இட்டுத் தாலாட்டுப் பாடும் பருவத்திற்குத் தாலப் பருவம் என்று பெயர். குழந்தை 'இங்கு இங்கு' என்று சொல்லும்; பூமியில் படுத்துக் கொண்டு நீந்தத் தொடங்கும். இந்தப் பருவத்திற்குச் செங்கீரைப் பருவம் என்று பெயர். பின்பு குழந்தை எழுந்து உட்கார்ந்து கொண்டு இரண்டு கைகளையும் சேர்த்துத் தட்டும். அது சப்பாணிப் பருவம். பாணி என்பது கை. கையோடு கை சேர்த்துத் தட்டுவதனால் அப்பெயர் வந்தது. அடுத்தது முத்தந் தா என்று கேட்கும்

முத்தப் பருவம். வா, வா என்று அழைப்பது வருகைப் பருவம். இப்படியே பத்துப் பருவங்கள் உண்டு.

இப்போது அருணகிரியார் சப்பாணிப் பருவத்தைப் பாடுகிறார். முருகன் சப்பாணி கொட்டுகிறதனால் விளையும் விளைவைச் சொல்கிறார். சென்ற பாட்டிலே அவன் இடையிலுள்ள மணி யின் ஓசையை எடுத்துக் காட்டினார். இந்தப் பாட்டிலே அவன் கை ஓசையை எடுத்துக் காட்டுகிறார்.

குழந்தை சற்றே வளர்ந்து உட்காரத் தெரிந்து கொண்ட பிறகே இரண்டு கைகளையும் ஓசை எழும்படி தட்ட இயலும். பிறந்த குழந்தைக்குக் கை விரிவது இல்லை. பற்றிக் கொண்டு இருக்கும். முருகக் குழந்தை சற்று வளர்ந்துவிட்டான். மூடி இருக்கிற கையை விரித்துத் தட்டி, சப்பாணி கொட்டி விளையாடுகிறான்.

பிரார்த்தனை

இந்த விளையாட்டைச் சொல்வதற்கு முன்னே அருண கிரியார் பிரார்த்தனை செய்து கொள்கிறார்; சப்பாணி கொட்டும் குழந்தையைப் பார்த்துத்தான். மற்றக் குழந்தைகள் இரண்டு கைகளினாலே சப்பாணி கொட்டும். அவன் ஆறுமுகமும், பன்னிரண்டு திருக்கரங்களும் உடையவன். ஆகையால் தன்னுடைய பன்னிரண்டு திருக்கரங்களினாலும் சப்பாணி கொட்டி விளையாடுகிறான். அவனைப் பார்த்து வேண்டுகிறார்.

குப்பாச வாழ்க்கையுள் கூத்தாடும்
ஐவரில் கொட்பு அடைந்த
இப்பாச நெஞ்சனை ஈடேற்றுவாய்!

பொம்மலாட்டம்

ஒரு பெரிய மேடை. அதில் திரை விட்டிருக்கிறார்கள். பொம்மலாட்டம் நடக்கிறது. பழங் காலத்திலிருந்து வரும்

கலை பொம்மலாட்டம். மேடைகளில் பொம்மைகளே வந்து ஆடும். கையைத் தட்டும். ஆணும் பெண்ணும் கையைக் கோத்துக் கொண்டு நடனம் ஆடும். திரைக்கு முன்னாலே மேடையில் வந்து பொம்மைகள் ஆடும். அந்தப் பொம்மைகள் இயங்குவதற்குக் காரணமாய் இருப்பவன் திரைக்குப் பின்னால் இருப்பான். பொம்மையின் கை, கால், தலை ஆகியவை ஆட வேண்டுமானால் அதை ஆட்டுவிக்கின்றவனுடைய கை, கால், தலை திரைக்குப் பின்னால் ஆடும். பொம்மைகளின் ஆட்டம் அத்தனையும் பின்னால் இருக்கிற மனிதனுடைய ஆட்டத்தை ஒத்தே நிகழும்.

அவன் ஆடாவிட்டால் அந்தப் பொம்மைகள் ஆட மாட்டா. அவன் ஆடும் போது அந்தப் பொம்மைகள் எப்படி ஆடுகின்றன? மிகவும் மெல்லிய கறுப்புக் கயிற்றினால் பின்னால் ஆடுகின்ற மனிதனுக்கும் அந்த பொம்மைகளுக்கும் தொடர்பு இருக்கும். அவன் கையையும் காலையும் ஆட்டும் போது அந்தப் பொம்மையின் கையும் காலும் ஆடும். இந்த இரண்டு பேரையும் இணைக்கும் பொருள் கயிறு. கயிற்றை வடமொழியில் பாசம் என்பார்கள். பின்னால் இருக்கிற ஆளுக்கும், முன்னால் இருக்கிற பொம்மைகளுக்கும் பாசம் ஆகிய கயிறு தொடர்பாக இருப்பதால் அந்த மனிதன் இந்தப் பொம்மைகளை எல்லாம் ஆட்டி வைக்கிறான். பொம்மைகள் ஆடுவதற்கு இரண்டு காரணங்கள். ஒரு காரணம் பின்னால் இருக்கிற மனிதனது ஆட்டம். மற்றொரு காரணம் அவனுக்கும், பொம்மைகளுக்கும் இடையில் தொடர்பாகவுள்ள கயிறு.

கயிறு அறுந்தது

ஒரு கதை இங்கே நினைவுக்கு வருகிறது. நன்றாகப் பாடுகின்ற வித்துவான் ஒருவன் ஓர் அரசனிடம் வந்தான். அரசன் சங்கீதம் என்றால் பலம் எத்தனை விலை என்று கேட்கிறவன். சங்கீத வித்துவான் பாடும்போது தன் அறியாமையைக் காட்டிக் கொள்ளாமல் இருக்க

வேண்டுமென்று அரசன் நினைத்தான். தன் மந்திரியிடம், "அந்தச் சங்கீத வித்துவான் பாடப் போகிறார். அவர் பாடும் போது எங்கே மிக நன்றாக இருக்கிறதோ அங்கே தலையை அசைக்க வேண்டும். எனக்கு விஷயம் தெரியாது. என் தலையோடு சேர்த்து உன் தலையையும் ஒரு கறுப்புக் கயிற்றினால் கட்டிக் கொண்டு திரைக்குப் பின்னால் நீ உட்கார்ந்து கொள். நீ தலை அசைப்பதை அக்கயிற்றினால் நான் அறிந்து கொண்டு, நானும் தலையை அசைக்கிறேன்'' என்றான். அப்படியே மந்திரி செய்தான். வித்துவான் பாடும்போது அரசனும் அங்கங்கே தலை அசைத்து வந்தான். ஓர் ராகத்தை வித்துவான் மிக நன்றாகப் பாடும் போது, அந்தச் சுவாரசியத்தில் மந்திரி மிகவும் வேகமாகத் தலையை அசைத்தான். கயிறு அறுந்துவிட்டது. அரசன் வித்துவானைப் பார்த்து, "கொஞ்சம் இரும். கயிற்றைக் கட்டிக் கொண்டு விடுகிறேன்" எனச் சொல்லிவிட்டான். அங்கே கயிறு அறுந்த பிற்பாடு அவன் நாடகமும் அறுந்துவிட்டது; நடிக்க முடியவில்லை.

அப்படியே, பின்னால் இருக்கிற ஆளுக்கும், முன்னால் உள்ள பொம்மைகளுக்கும் இடையே தொடர்பாக உள்ள கயிறு அறுந்துவிட்டால், எவ்வளவுதான் பின்னால் இருக்கிற ஆள் ஆடினாலும், மேடையிலுள்ள பொம்மைகள் ஆடா. பொம்மைகள் ஆடவேண்டுமானால் கயிறு வேண்டும். ஓர் ஆள் பின்னால் நின்று கொண்டு கயிற்றின் மூலம் மேடையில் உள்ள பல பொம்மைகளை ஆடவைக்கிறான்.

அதற்கு மாறாக அருணகிரியார் இங்கே சொல்கிறார். பின்னால் ஐந்து பேர்கள் சேர்ந்து கொண்டு ஒரு பொம்மையை ஆட்டி வைக்கிறார்களாம். பின்னால் இருந்து ஆட்டுகின்றவர்களோ ஐந்து பேர். ஆடுவது ஒரு பொருள்.

இந்த ஆட்டம் நிகழும் மேடை எங்கே அமைந்திருக்கிறது? உலகம் என்ற மேடையிலே ஆட்டம் நடக்கிறது.

கண்ணியில் சிக்குதல்

மிருகங்களை வேட்டை ஆடுகின்ற வேடர்கள் அவை நடமாடுகின்ற இடங்களில் எல்லாம் வலைகளைப் பரப்பி வைத்திருப்பார்கள். அவற்றில் மிருகங்கள் வந்து சிக்கிக் கொள்ளும். அவ் வண்ணமே இந்த உலகம் முழுவதும் எங்கே போனாலும் அங்கே நெஞ்சம் சிக்கிக் கொள்கிற கண்ணிகள் நிரம்பியிருக்கின்றன. நெஞ்சம் என்ற ஒன்று காலில் கத்தி கட்டிக் கொண்டு போனா லொழியக் கண்ட இடங்களில் எல்லாம் வீழ்ந்து சிக்கிக் கொள்ளும். அந்தக் கத்திக்கு ஞானம் என்று பெயர். பார்ப்பதற்கு நல்ல இடமாக இருக்கிறதே என்று கத்தி இல்லாமல் நெஞ்சம் அந்த இடத்திற்குப் போனால், அங்கே சிக்கிக் கொள்ளும்.

இறைவன் திருக்கோயிலை நாடிப் போனாலும் அங்கேயுள்ள கண்ணிகளில் சிக்கிக் கொள்ளும். அது எப்படி? எத்தனையோ கோடிக்கணக்கான ரூபாய்களைச் செலவிட்டுக் கோயில் கட்டி, கும்பாபிஷேகம் செய்து, மூர்த்திகளைச் சிலர் பிரதிஷ்டை செய் கிறார்கள்; அந்தக் கோயில்களின் கும்பங்களையும், மூர்த்திகளையுமே சிலர் திருடிக் கொண்டு போகலில்லையா? கோயிலுக்கு வந்தவன் கண்ணிகளில் சிக்கிக் கொண்டுதான் இம்மாதிரியான திருட்டுக் காரியங்களைச் செய்கிறான் என்பதை இந்த நிகழ்ச்சி காட்டுகிறது.

அறுபத்து மூவர் விழாவின் போது சிந்தாதிரிப் பேட்டை முருகன் வீதிவலம் வருகின்றான். முழுக்க முழுக்க வைரங்களி னாலேயே அம் முருகனை அலங்கரித்திருப்பார்கள். அதனாலேயே அவனை வைர முருகன் என்று சொல்வது வழக்கம். ஒரே வைரக் கற்களாலான நகைகளாகவே போட்டுக் கொண்டிருப்பான். நம்முடைய நாட்டில் பெண்களுக்கு நகை என்றால் கொஞ்சம் அதிக ஆசை. புன்னகையைவிடப் பொன்னகையின் மேல் ஆசை; அதைவிடக் கல் நகையின் மேல் ஆசை. இறைவனிடத்தில் அன்பு உடையவர்கள், ஞானம் ஆகிய கத்தியைக் கட்டிக்

கொண்டிருக்கும் நெஞ்சமுடையவர்கள், அவனைத் தரிசித்து, "சண்முகநாதரின் திருக்கோலந்தான் எத்தனை அழகு! இந்தக் குமரேசனது இரு தாளும், சிலம்பும், சதங்கையும், தண்டையும், சண்முகமும், தோளும் கடம்பும் எனக்கு முன்னே சதா தோன்றிக் கொண்டே இருக்கக் கூடாவா?" என நெகிழ்ந்து வேண்டுகிறார்கள். ஆனால் அங்கே வந்த ஒரு பெண் அங்கேயுள்ள கண்ணியில் சிக்கிக் கொள்கிறாள். "எவ்வளவு பெரிய வைரப் பதக்கம் போட்டிருக்கிறது பார்த்தாயா? இது எத்தனை விலை இருக்கும்? நம் ஜமீன்தாரிணி அம்மாள் போட்டிருப்பதைவிடப் பெரியதாக இருக்கிறதே!" என்கிறாள்.

இப்படி இந்த உலகம் முழுவதும் நல்ல இடமோ, பொல்லாத இடமோ எங்கே பார்த்தாலும் இந்தக் கண்ணி பரப்பப்பட்டிருக்கிறது. அதில் சிக்கிக் கொள்ளாமல் நெஞ்சம் தப்பிக் கொள்ள வேண்டுமென்றால் ஞானம் என்ற கத்தி வேண்டும். ஞானம் இருந்தால் கண்ணிகள் அறுபட்டுப் போகும். பெரும்பாலான நெஞ்சங்களுக்கு அது இல்லை. பாசவலைக்குள் சிக்கிக் கொள்கிற ஆற்றல் தான் இருக்கிறது.

அப்படிச் சிக்கிக் கொள்ளும்போது பின்னால் இருக்கிற ஐந்து பேர்வழிகள் அதை ஆட்டத் தொடங்குகிறார்கள். உலகமாகிய பெரிய மேடையில் பாசமாகிற கயிற்றால் நம்மைப் பிடித்துக் கொண்டு ஐவரும் ஆட்டி வைக்கிறார்கள்.

கயிற்றைச் சுற்றி மிக வேகமாக இழுத்துவிட்டால் பம்பரம் மிக வேகமாகச் சுழலுகிறது. அதைப் போல நெஞ்சம் சுழன்று கொண்டே இருக்கிறது. பாசமாகிற கயிற்றினால் சுற்றப்பட்டு ஐந்து பேர்களால் மிக வேகமாகச் சுழலுகிறது. ஓர் இடத்தில் நிற்பதே இல்லை. ஒரே கணத்திற்குள் எத்தனையோ கோடி காதம் சென்று விடுகிறது மனம். சென்று சென்று சுழன்று கொண்டே இருக்கிறது.

மனமும் அநுபவமும்

முன்னலே அநுபவித்த ஒன்றை நினைப்பதற்குத்தான் மனத்துக்கு ஆற்றல் உண்டு. ஐந்து பொறிகளென்னும் வாசல் வழியாக நமக்குப் பல அநுபவங்கள் வருகின்றன. கண்டு, கேட்டு, கண்டு, உயிர்த்து, உற்று அறியும் ஐம்பொறிகளால் அநுபவிக்கிறோம். அந்த அநுபவத்தின் வாசனை மனத்தில் ஏறுகிறது. மல்லிகை மலரை எடுத்து மோந்து பார்க்கிறோம். பிறகு ஒரு சமயம், அந்தப் பொருள் கண் முன்பு இல்லாவிட்டாலும் ஒரு மல்லிகை மலரை எடுத்து மோப்பது போன்ற அநுபவத்தை நினைப்பால் மனம் பெறுகிறது. நல்ல ஜிலேபியைச் சாப்பிடுகிறோம். சாப்பிடுவது வாய்தான் என்றாலும், சாப்பிட்ட பிற்பாடு அதை மனம் நினைக்கிறது. வாசனை நுகர்கின்ற நினைவு வேறு; சங்கீதம் கேட்கின்ற நினைவு வேறு. நினைப்பு ஒன்றாக இருந்தாலும் அநுபவ வேறுபாட்டால் ஐந்து விதமான நினைப்புக்கள் அமை கின்றன. ஜிலேபியை வாயில் போட்டுக் கொண்டு சுவைப்பது சுவை; அதைப் பற்றி நினைப்பது நினைவு; அதுவே வாசனை. குழந்தையை அணைக்கிற மாதிரி நினைக்கிறோம். அழகான உருவத்தைப் பார்க்கிற மாதிரி நினைக்கிறோம். இப்படி ஐந்து பொறிகளின் அநுபவமான வாசனைகளும் மனத்தில் படிந்திருக்கும். மனம் ஐந்து பொறிகளுக்கும் அப்பாற்பட்ட ஒன்றை நினைக்க முடியாது. ஐந்து பொறிகளுக்கும் உட்பட்ட அநுபவத்தையே நாம் நினைக்கிறோம். முன்பின் பார்த்திராத மனிதன் ஒருவனைச் சொப்பனத்தில் பார்க்கிறோமே, அது எப்படி? பார்க்காத மனிதனைச் சொப்பனத்தில் பார்த்தேன் என்று சொன்னாலும், மனிதன் என்ற பொருளை நாம் பார்த்துப் பார்த்துப் பழகியிருக் கிறோம் அல்லவா? மனத்தில் இத்தகைய அனுபவம் படலம் படலமாகச் செறிந்திருக்கிறது.

பதிவும் வாசனையும்

அமெரிக்க நாட்டில் குற்றவாளியையும், நோயாளியைப் போலவே கருதி, மருத்துவத்தின் மூலம் அவனது குணத்தை மாற்றலாம் என்று கண்டிருக்கிறார்கள். அவன் குற்றம் செய்

வதற்குக் காரணம் அவனது இளம் பருவ முதல் மனத்தில் படிந்த வாசனை என்று உளநூலறிஞர் சொல்கிறார்கள். திடீரென்று குழந்தை கோபுரத்தைப் பார்த்துப் பயந்து கொண்டு அழுகிறது. அதற்குக் காரணம் என்ன? ஏதோ ஒரு காலத்தில் கோபுரத்தில் ஒரு விபத்து ஏற்பட்டது. அதன் வாசனை அதன் அடி உள்ளத்தில் இருப்பதனால் தான் பயப்படுகிறது என்கிறார்கள். இளமைக் காலத்தில் பட்ட அநுபவங்களின் வடுக்கள் எல்லாம் வாசனையாக நின்று வயசு ஆக ஆக அதன் பரிணாமமான உணர்ச்சிகளை எழுப்புமாம். இப்படி விஞ்ஞானம் அறிந்தவர்கள் சொல்கிறார்கள்.

அப்படி அறிந்தவர்களுக்கும் புலப்படாத பல நிகழ்ச்சிகள் இருக்கின்றன. அவர்கள் இந்தப் பிறவியில் இளமைக் காலத்தில் உண்டான அனுபவத்தை ஏடு புரட்டிப் பார்க்கிறார்கள். நம்மவர்கள் ஒரு படி மேலேயே சென்றிருக்கிறார்கள். மனம் என்பது இந்தப் பிறவி அநுபவத்தை மாத்திரம் கொண்டு அமைவது அன்று. பிறவி தோறும் வரும் வாசனை படலம் படலமாக அதன்பால் இருக்கும் என்று சொல்கிறார்கள். இந்தப் பிறவியில் ஏற்படும் அநுபவங்களின் வாசனை கடப்பைக் கல் போல இருக்கும் என்றால், முந்திய பிறவிகளின் வாசனை வெங்காயத் தோல் போல இருக்கும் என்ற சொல்லலாம். கடப்பைக் கல்லை விஞ்ஞான அறிவினால் பார்த்து விட்டார்கள். அதற்குப் பிறகு மிக நுட்பமாக வெங்காயத் தோல் இருப்பதை மெய்ஞ்ஞான அறிவினால் நம் பெரியோர்கள் பார்த்திருக்கிறார் கள். நம்முடைய மனத்தில் தோற்றுகிறதை நினைவு என்று சொல்கிறோம். நாம் தெரிந்து கொள்ள முடியாதபடி மனத்துக்கு அடியில் இருந்து கொண்டு விளைவுகளை உண்டாக்கும் நினைவுகளை அடிமனப் பதிவுகள் என்று சொல்வார்கள். இந்த இரண்டுக்கும் கீழே ஆழமாகவும், மிக மிக நுட்பமாகவும் உள்ளவைகளை வாசனை என்று சொல்வது சமயநூல் மரபு. இந்த மூன்று நிலைகளில் முதல் நிலையாகிய நினைவை நாம் தெரிந்து கொண்டிருக் கிறோம். இரண்டாவதாகிய அடிமன வடுவை விஞ்ஞானிகள் கண்டு

பிடித்திருக்கிறார்கள். மூன்றாவதாகிய வாசனையை மெய்ஞ்ஞானிகள் சொல்கிறார்கள்.

ஒரு வயிற்றில் பிறந்து ஒரே ஆசிரியரிடம் பயிலும் இரண்டு மாணவர்களின் அறிவு வெவ்வேறு விதமான சக்தி உடையனவாக இருப்பதைப் பார்க்கிறோம். இரட்டைப் பிள்ளைகளாகப் பிறந்தவர் களின் அறிவேனும் ஒரே மாதிரியாக இருக்கிறதா? இல்லை. இதற்குக் காரணம் என்ன? இரண்டு பேரும் ஒரே வயிற்றில் இரட்டைக் குழந்தைகளாகப் பிறந்தாலும், முந்திய பிறப்பில் அவர்களின் உள்ளங்களில் அமைந்த வாசனையினால் அறிவு முதலியன மாறுபாடு அடைகின்றன. மனத்தில் முன்பு ஏற்பட் டிருக்கும் அநுபவங்களின் வடுக்கள் எல்லாம் வாசனையாக இருப்பதனால்தான் வெவ்வேறு வகையில் மனமும் செயல்களும் அமைகின்றன.இந்த மனம் ஆகிய பொம்மையைப் பொறிகளாகிய ஐந்துபேர்கள் பின்னால் இருந்து வெவ்வேறு வகையில் ஆட்டுகிறார்கள். பாசம் என்ற ஒன்றோடு நெஞ்சைச் சேர்த்துக் கட்டி வைத்து ஆட்டுகிறார்கள். வாழ்க்கையே ஐந்துபேர் மனத்தைப் பாசத்தால் ஆட்டும் கூத்தாக அமைகிறது.

ஞானிகளும் பொறிகளும்

உடம்பைப் பெற்ற யாவருக்கும் ஐந்து பொறிகள் உண்டு. பொறிகளை இந்திரியங்கள் என்பர். மெய்ஞ்ஞானிகளுக்கும் அவை உண்டு. அவர்களும் கண்ணால்தான் பார்க்கிறார்கள். காதால் தான் கேட்கிறார்கள். காலால்தான் நடக்கிறார்கள். வாயால்தான் சாப்பிடுகிறார்கள். ரமண மகரிஷி, ராமகிருஷ்ண பரமஹம்சர் முதலிய பெரிய ஞானிகளும் அப்படித்தான் இருந்தார்கள். ஞானம் பெற்றவர்கள் என்பதற்காக அவர்கள் காது செவிடாகப் போகவில்லை. கண் குருடாகப் போகவில்லை. உடம்பு கட்டையாகக் கிடக்கவில்லை.

அப்படியாயின் அவர்களுக்கும் நமக்கும் என்ன வேற்றுமை? அவர்களுக்கும் நம்மைப் போல ஐந்து பொறிகளும் வேலை

செய்கின்றன. ஆனால் மனம் அமைதியாக இருக்கிறது. பின்னே இருக்கிற மனிதன் எப்படி ஆட்டினாலும், வெளியிலுள்ள பொம்மைகள் ஆடவில்லை. ஏன்? இருசாராரையும் இணைத்திருக்கும் கயிறு அறந்துபோய்விட்டது. ஐந்து பொறிகளும் மனத்திற்கும் இடையே உள்ள கயிறாகிய பாசம் அறுபட்டுப் போய்விட்டது; அதனால் மனம் ஆடுவது இல்லை. பார்ப்பதற்கு நாமும், ஞானிகளும் ஒரே மாதிரியாக இருந்தாலும், நாம் பாசமாகிற கயிற்றினால் பொறிகளோடு கட்டப்பட்ட மனத்தை உடையவர்கள். அவர்கள் அந்தக் கயிற்றை ஞானமாகிற கத்தியினால் அறுத்து விட்டவர்கள். ஆகவே அவர்கள் இருதயத்தில் இருக்கிற இறைவனோடு எப்போதும் ஒன்றுபட்டு ஞானமயமாக இருக்கிறார்கள். அவர்கள் செய்கிற காரியங்கள் அத்தனையும் ஞானத்தின் விளை வாகவே அமையும். நாமோ பாசமாகிற கயிற்றை அறுக்கும் ஞானம் இல்லாதவர்களாக இருக்கிறோம். நம்மை ஐந்து பொறிகளாகிய பேர்வழிகள் ஆட்டிக் கொண்டே இருக்கிறார்கள். நாம் சுற்றிச் சுற்றிச் சுழன்று கொண்டே இருக்கிறோம். அப்படிச் சுழல்வதனால் நமக்கு ஏதாவது இன்பம் உண்டா? இல்லை. துன்பத்தைத் தான் கண்டோம். ஐந்து பொறிகளையும் நமக்கு அடிமையாக்க முடியாமல் நாம் அவற்றுக்கு அடிமைப்பட்டுக் கிடக்கிறோம். நம் மனம் அவற்றுக்கு அடிமைப்பட்டு நம்மையும் தன்னோடு இழுத்தடிக்கிறது. அதனால் விளைவது துன்பம்.

பொறியால் விளையும் துன்பம்

பொறிகளின் வசம் அகப்பட்டுப்படுகின்ற துன்பமே பல ருடைய உயிரை மாய்க்கிறது. விட்டில் பூச்சி எரிந்து கொண்டிருக் கிற விளக்கைக் கண்ணால் பார்க்கிறது. கட்பொறிக்கு அடிமைப்பட்ட அது, அதனைப் பழம் என்று நினைத்துக் கொண்டு போய் அதில் விழுந்து உயிரை மாய்த்துக் கொள்கிறது. பழமா இல்லையா என்று பார்க்கிற ஆற்றல் இல்லாமையினால் கட்பொறிக்கு அடிமைப்பட்டு உயிரையே விடுகிறது.

அசுணம் என்பது ஒரு பறவை. அதன் காது மிக நுட்பமானது. வீணை வாசித்தால் ஓடி வரும். பறையைக் கேட்டால் இறந்து விடும்.

"யாழ் நறையடுத்த அசுணநன் மாச்செவி
பறை அடித்தது போலும்"

என்று இந்தச் செய்தியைக் கம்பர் உவமையாக ஆளுகிறார். இந்த அசுணப் பறவையைப் பிடிப்பதற்கு வேடர்கள் ஒரு தந்திரம் செய்வார்கள். முதலில் வீணையை வாசிப்பார்கள். வீணா கானத்தைக் கேட்ட அந்தப் பறவை வந்து நிற்கும். உடனே அதைப் பற்றிக் கொள்வார்கள். காது என்ற பொறிக்கு அது அடிமையாவதனால் தான் வேடர்களிடம் சிக்கிக் கொண்டு உயிரை விடுகின்றது.

இப்படிப் பறவையும், விலங்கும் பொறிகளுக்கு அடிமைப் பட்டு அல்லலுறுவதைப் பார்க்கிறான் ஆறறிவு படைத்த மனிதன். ஆயினும் அவற்றைப் போலவே அவனும் அந்தக் கண்ணிகளில் சிக்கிக் கொள்கிறானேயன்றித் தப்புவதற்கு ஞானமாகிற கத்தியை உபயோகப்படுத்தாமல் இருக்கிறான்.

உபதேசம் வீணாதல்

மனம் என்ற ஒன்றை ஐந்து பொறிகளும் பாசமாகிய கயிற்றினால் கட்டிச் சுழற்றிக்கொண்டே இருக்கின்றன. மனம் கொஞ்ச நேரம் நின்றால்தானே இறைவனை நினைக்க முடியும்? மிக வேகமாகச் சுழன்று கொண்டே இருக்கிற இயந்திரத்தின் அருகில் போய்த் தொட்டால் அது தொட்டவனைத் தூக்கி எறிந்துவிடும். கல்லையோ, வேறு ஏதாவது பொருளையோ போட்டாலும் அப்படித்தான் தூக்கி எறியும். ஐந்து பொறிகளுக்கும் அடிமைப்பட்டு எப்போதும் சுழன்று கொண்டே இருக்கும் மனமுடையவனிடம் சென்று கொஞ்சம் உபதேசம் பண்ணிப் பாருங்கள். நம்மை அப்படியே தூக்கி எறிந்து விடுவான். ஓடுகின்ற ரெயிலின் மீது கல்லை விட்டெறிந்தால் அந்தக் கல் திரும்பவும் எறிந்தவன் மேலேயே வந்து விழுவது போல, ஐந்து பொறிகளுக்கும்

அடிமைப்பட்டவன் காதிலே உபதேசம் செய்தால் சொன்ன வேகத்தைக் காட்டிலும் மிக வேகமாக அது திரும்பி வந்துவிடும்.

தாடகை மேலே ராமன் அம்பை விட்டான். அது என்ன ஆயிற்று?

**"சொல்ஒக்கும் கடிய வேகச் சுடுசரம் கரிய செம்மல்
அல்லொக்கும் நிறத்தினாள்மேல் விடுதலும் வயிரக் குன்றக்
கல்லொக்கும் நெஞ்சில் தங்கா தப்புறம் கழன்று கல்லாப்
புல்லர்க்கு நல்லோர் சொன்ன பொருள் எனப் போயிற்றன்றே!"**

அவன் விட்ட அம்பு, முனிவர் சாபம் இட்டால் எப்படி வேகமாகப் போய்ச் சாபத்துக்கு ஆளானவர்களைத் தாக்குமோ அவ்வளவு வேகமாகத் தாடகையைத் தாக்கியது. அந்தத் தாடகையின் மார்பு வைரம் பாய்ந்த பாறை போல் இருக்கிறது. அதைத் தொளைத்துக் கொண்டு போயிற்று, ராமன் விட்ட அம்பு. அதற்குக் கம்பர் கூறும் உவமையை இங்கே கவனிக்க வேண்டும். கல்லாத மனிதர்களுக்குக் கற்றவர்கள் உபதேசம் செய்தால் அது அவர்களது ஒரு காதில் புகுந்து மற்றொரு காதின் வழியே எவ்வளவு வேகமாக வெளியே போய்விடுமோ அவ்வளவு வேகமாகப் போயிற்று என்கிறார். ஐந்து பொறிகளுக்கும் அடிமைப்பட்டுச் சுழன்று கொண்டே இருக்கிறவர்கள் என்ன சொன்னாலும் ஏற்கமாட்டார் கள். எப்போதும் மனம் சுழன்று கொண்டே இருக்கும் மக்களுக்கு அமைதி என்பது இல்லை. "இவ்வாறு நான் சுழலுகிறேன்" என்று நாம் சொல்ல வேண்டியதை அருணகிரியார் சொல்கிறார்.

பாசக்கட்டு

**குப்பாச வாழ்க்கையுள் கூத்தாடும்
ஐவரிற் கொட்படைந்த.**

கு என்பது உலகம். இங்கே நாம் வாழ்கிற வாழ்க்கை பாச வாழ்க்கை. ஆத்மாவைக் கட்டியிருப்பது பாசம்.

ஆத்மாவானது கடவுளிடம் சொல்லாதவாறு பாசம் என்ற கயிறு அதைக் கட்டியிருக்கிறது. அந்தக் கயிற்றை ஞானமென்னும் கத்தியினால் துண்டித்தால் தான் ஆத்மா கடவுளை அடைய முடியும். அந்தக் கட்டு இருக்கிற வரைக்கும் இறைவனை அடைய முடியாது. ஒரு பசு இருக்கிறது. அது தன் கன்றுக் குட்டிக்குக் கொடுப்பதற்காக மடி நிறையப் பாலை வைத்திருக்கிறது. ஆனால் மாட்டுக்காரன் கன்றுக் குட்டியை முளையோடு முளையாகச் சேர்த்துக் கட்டி விடுகிறான். கன்றை அவிழ்த்து விட்டால் தான் பசுவின் பாலைக் கன்றுக் குட்டி உண்ண முடியும். ஆத்மாக்கள் பாசம் என்ற கயிற்றினால் கட்டப்பட்டுள்ளன. கயிறு அறுபட்டால் தான் ஆத்மா இறைவனை அடைய முடியும். பதியாகிய இறைவன் பசுக்களாகிய ஆன்மாக்களுக்கு இன்பம் தருவதற்காகவே இருக்கிறான். அதைப் பெற முடியாமல் பாசமாகிற கயிற்றால் கட்டுண்டிருக்கிறது, ஆன்மா. பாசம் என்ற கயிற்றினால் கட்டப்பட்டு வாழ்கின்ற வாழ்க்கை இவ்வுலக வாழ்க்கை; பாச வாழ்க்கை.

உலகமாகிய மேடையில் உயிர்களாகிய பொம்மைகள் ஆடுகின்றன. இவற்றோடு சேர்த்துக் கட்டப்பட்டுள்ள பாசமாகிற கயிற்றைப் பிடித்து ஆட்டி வைப்பவர்கள் திரைக்கு மறைவில் இருக்கிறார்கள். பல பல வேஷங்களைப் போட்டுக் கொண்டு உலகமாகிற மேடையில் வந்து ஆடுகின்றது உயிர். இந்தப் பாச வாழ்க்கையில் ஐந்து பேர்கள் கூத்தாடுகிறார்கள். இவர்கள் திரைக்கு மறைவில் கூத்தாடினால் தான் திரைக்கு முன்னே இருக்கிற உயிர்கள் கூத்தாடும்.

ஐம்பொறிகளைத் திருப்திப்படுத்துவதற்காக அவர்கள் ஆடுகின்ற படியெல்லாம் ஆடிக்கொண்டே, சுற்றிக் கொண்டே இருக்கிறோம். அதனாலே வருகிறது என்ன? மீண்டும் மீண்டும் பிறவிதான் வருகிறது.

ஐந்து இந்திரியங்களுக்கும் கட்டுப்பட்டே மனிதன் வாழ்கிறான். எத்தனை தூரம் அவை அவனை ஆட்டி வைக்கின்றனவோ அத்தனை தூரம் அவன் ஆடுகிறான்.

அவற்றைத் திருப்திப் படுத்துவதற்கான காரியங்களையே செய்து கொண்டிருக்கிறான். இந்த உலகத்தில் பிறந்து இந்த உடம்பையும், உடம்பில் ஐந்து இந்திரியங்களையும் பெற்றிருப்பது இந்த உலகிலுள்ள பொருள்களைத் தன் சக்தி கொண்ட மட்டும் அனுபவித்து இன்புறுவதற்காகவே என்று நினைக்கிறான். அதனாலே மீண்டும் மீண்டும் பிறவி வந்து கொண்டே இருக்கிறது. பிறவி வளர வளரத் துன்பமும் வளர்ந்து கொண்டே இருக்கிறது. ஐந்து இந்திரியங் களுக்கு உட்பட்டு அவை சுற்றுகின்றபடி எல்லாம் சுற்றிச் சுழன்று கொண்டே இருக்கும் நெஞ்சு உடையவர்களுக்குப் பிறவி மீண்டும் மீண்டும் வந்து கொண்டே இருக்கிறது.

"இந்த உலகமாகிய பாச வாழ்க்கையில் கூத்தாடுகின்ற ஐந்து பேர்கள் என் நெஞ்சை ஆட்டுகிறார்கள். அவர்கள் சுற்றுகின்ற சுற்றுக்கு ஏற்ப என் நெஞ்சு சுழன்று கொண்டே இருக்கிறது. ஒரு நிமிஷங்கூட நிற்பது இல்லை. உன்னை நினைக்கலாம் என்றால் மனம் அமைதியாக நின்றால் அல்லவா நினைக்க முடியும்? எப்போதும் சுழன்று கொண்டே இருக்கிற என் நெஞ்சில் உன் நினைவு ஒரு கணம் வந்தாலும் சிதறுண்டு போகிறது. இதற்குக் காரணமாய் இருப்பது என்ன? ஐந்து இந்திரியங்களின் ஆட்டம்.

அதற்கு இடமாக இருப்பது பூமி. பூமியிலே பாசம் நிரம்பி வாழ்க்கையில் ஐம்பொறிகள் மனத்தை ஆட்ட, "நான் ஆடுகிறேன். சுழற்சியை அடைந்த பாச நெஞ்சினை உடைய பாவியாக நான் இருக்கிறேன்.இப்பாச நெஞ்சனை ஈடேற்ற மாட்டாயா?" என்று பிரார்த்தனை செய்கிறார் அருணகிரியார்.

குப்பாச வாழ்க்கையுள் கூத்தாடும் ஐவரிற் கொட்படைந்த இப்பாச நெஞ்சனை ஈடேற்றுவாய்.

அருணகிரியாரே 'கொட்பு அடைந்த நெஞ்சினை உடைய வனாக இருக்கிறேனே!' என்று சொன்னால் நாம் எல்லாரும் எங்கே இருக்க வேண்டும்? நாம் ஒரு கணம்கூட இறைவனை நினைந்து அறியாதவர்கள். ஐந்து இந்திரியங்களுக்கும்

அப்பாற் பட்டு இருக்கிற ஒருவனை, ஐந்து இந்திரியங்களுக்கும் உட்பட்டு எப்போதும் சுழன்று கொண்டே இருக்கும் நெஞ்சுடைய நம்மால் நினைக்கத்தான் முடியுமா? அவனை நினைக்க வேண்டுமென்றால் இந்திரியங்கள் நமக்கு அடங்கினவை ஆக வேண்டும். நாம் அலங்காரம், மமகாரம் அடங்கினவர்களாக ஆகவேண்டும். இந்தச் சுழற்சி நீங்க வேண்டும். யாரை வேண்டியனால் சுழற்சி நீங்கும்? நம்மை ஆட்டி வைக்கின்ற ஐந்து பேர்களின் கொட்டம் அடங்க, இந்த ஐந்து பேருக்கும் அப்பாற்பட்ட வேறு ஒருவன் அருள் வேண்டும். அவன் யார்? அவனே முருகன். அவன் ஐந்து பேரை அடக்கும் ஆற்றல் படைத்தவன்.

2

ஐவரை அடக்கியவன்

கந்தப் பெருமான் அசுரர்களோடு போர் செய்து அவர்களைச் சங்காரம் செய்தான். பல வெள்ளக்கணக்கான அசுரர்கள் இருந்தாலும் அந்தப் படைக்குத் தலைவனாக இருந்தவன் சூரன். அவனுக்கு உறுதுணையாக இருந்தவர்களையும் சேர்த்தால் பெருந் தலைவர்கள் ஐவர் ஆவார்கள். தாரகாசுரன் ஒருவன்; யானைமுகம் படைத்தவன்; அவன் சூரனுக்குச் சகோதரன். சிங்கமுகாசுரன் மற்றொரு சகோதரன். கிரௌஞ்சாசுரன் சூரனுக்குக் கவசம் போன்றவன். பானுகோபன் சூரனுடைய மகன். இந்த நால்வரோடு சூரனும் சேர்ந்தால் ஐவர். இவர்கள் ஐந்து பேர்களும் கந்தபுராணத்தில் வருகின்ற அசுரர்களின் தலைவர்கள். இவர்களோடு போரிட்டுச் சங்காரம் செய்தவன் ஆறுமுகம் படைத்த ஆண்டவன். ஐந்து அசுரர்களையும் அடக்கி ஒழித்துத் தேவர்களுக்கு இன்பம் தந்த பெருமான் ஆறுமுகநாதன்.

எச்சரிக்கை

ஆறுமுகநாதப் பெருமான் அவதாரம் செய்தவுடனே சூரனைப் போய்க் கொல்லவில்லை. "நான் உன் கொட்டத்தை அடக்கத் தான் அவதாரம் செய்திருக்கிறேன். ஜாக்கிரதை" எனச்

சூரனுக்கு எச்சரிக்கை செய்ய விரும்பியவனைப் போல, முன்னாலே தன் அவதாரத்தை அழுகையினால் தெரிவித்தான். பாலுக்காக அழும் குழந்தையைப் போல அழுது காட்டினான். கேட்டு, "ஐயோ, நம்மைக் கொல்ல வந்த எமன் பிறந்து விட்டானே!" எனச் சூரன் அழுதான். ஆனால் அழுத மறுகணமே மாயை அவனை மூடி விட்டது.

அந்த உடம்பு நிலை அற்றது என்று நமக்கு நன்றாகத் தெரியும். இறந்து போகின்றவர்களின் பிரேதத்தோடு சுடுகாடு போய் வருகிறோம். வீட்டுக்கு வந்த மறுகணமே நாமும் ஒரு நாள் இறக்கத்தானே போகிறோம் என்ற நினைப்பின்றிப் பல காரியங்களைச் செய்கிறோம். அதுதான் மாயை. மாயையின் வாடை படுகின்ற நமக்கே அப்படியானால், மாயையின் பிள்ளையாகிய சூரனைப் பற்றிச் சொல்ல வேண்டுமா? குழந்தையின் அழுகுரலைக் கேட்டு அவன் அழுதான். மறுபடியும் அதை மறந்து விட்டான். குழந்தை தன் இடுப்பில் கட்டியிருக்கும் கிண்கிணி ஓசையை எழுப்பிற்று. அந்த நாதம் யுத்த காலத்தில் எழுப்புகின்ற ஒலியைப் போல நாலு பக்கமும் முழங்கியது. அந்த ஒலியையும் சூரன் கேட்டான். அப்பொழுதும் அவன் கொட்டம் அடங்கவில்லை. இப்பொழுது முருகன் தன் சின்னக் கையைத் தட்டினான்.

கை தட்டல்

கிராமங்களில் இரவுக் காலங்களில் நீர் நிலைகளுக்குப் போகிறவர்கள் கையைத் தட்டிக்கொண்டுதான் போவார்கள். பூச்சி புழுக்கள் கை தட்டும் சத்தத்தைக் கேட்டவுடனே ஓடிவிடும். உலகத்திற்குத் துன்பத்தைத் தரக் கூடிய பூச்சி புழுக்களாகிய அசுரக் கூட்டங்கள், தன்னுடைய வருகையை உணர்ந்து கொண்டு ஓடிவிடமாட்டாவா என்ற கருணையினால் முருகப் பெருமான் தன் சின்னஞ் சிறு கைகளைச் சேர்த்துத் தட்டினான்.

கையைத் தட்டின மாத்திரத்தில் குன்றுகள் எல்லாம் குலுங்கின. அஷ்ட திக்குப் பர்வதங்கள் பாதியாய்ப் பிளந்தன.

சூரனுக்கு அந்தச் சத்தம்கூடவா கேட்கவில்லை? கை தட்டிய சத்தம் கேட்கா விட்டாலும், குன்றுகள் பாதி பாதியாய்ப் பிளந்து விழுந்ததுகூடா கண்ணில் படவில்லை?

முருகன் தன் தாய் தந்தையர்களை மாத்திரம் மகிழ்ச்சியடையச் செய்ய வேண்டுமென்று எண்ணியிருந்தால், அவர்கள் காதில் மட்டும் விழும்படி சப்பாணி கொட்டியிருப்பான். தேவர்கள் மகிழ வேண்டும், தன்னுடைய அவதாரத்தின் காரணத்தைப் பகைவர்கள் தெரிந்துகொள்ள வேண்டுமென்று எண்ணிச் சண்முகப் பெருமான் தன் ஆறிரண்டு கைகளால் சப்பாணி கொட்டுகிறான். அதனால் விளைந்தவற்றைப் பார்க்கலாம்.

இரு நான்குவெற்பும்
அப்பாதி யாய்விழ மேருங்
குலுங்கவிண் ணாரும்உய்யச்
சப்பாணி கொட்டிய கைஆ
றிரண்டுடைச் சண்முகனே.

உலகத்திற்கு நடுவாய் இருப்பவன் ஆண்டவன். எட்டுத் திசை களுக்கும் நடுவான இடத்தில் அவன் இருக்கிறான். அவன் இருக் கிற இடத்தில் இருந்து கையைத் தட்டினால் எந்தத் திசையில் எங்கே நின்றாலும் கேட்கும். எட்டுத் திசைகளுக்கும் அடையாள மாக அவற்றின் எல்லையில் எட்டுக் குலாசலங்கள் இருக்கின்றன என்பர் புராணக்காரர்கள். சூரன் எங்கே இருந்தாலும் இந்தச் சத்தம் கேட்கும். தேவர்களுக்கும் கேட்கும். வருந்துகின்ற அவர்களுக்கு மகிழ்ச்சி உண்டாகும்.

இந்த ஓசை எட்டுத் திக்குகளின் எல்லையிலுமுள்ள மலை களைத் தாக்குகிறது.

இரு நான்கு வெற்பும் அப்பாதி யாய்விழ.

அந்தத் தாக்குதலினால் எட்டுக் குலாசலங்களும் பாதி பாதியாய்ப் பிளந்து விழுகின்றன.

சூரன் காணும் காட்சி

ஒரு பெரிய மலைக்கு நடுவிலே சூரன் உட்கார்ந்து இருக்கிறான். இடி இடிப்பது போன்ற சத்தம் கேட்கிறது. உடனே மலைகள் பிளந்து பிளந்து விழுகின்றன. அவன் பார்க்கிறான். 'நாம் போடுகின்ற உத்தரவுப்படி முப்பத்து முக்கோடி தேவர்கள் ஆடிக் கொண்டிருக்கிறார்கள். இப்பொழுது நாம் எந்தவிதமான உத்தரவும் போடவில்லையே! அஷ்ட திக்குப் பர்வதங்கள் நம்முடைய உத்தரவு இன்றியே பிளந்து பிளந்து விழுகின்றனவே. நம்முடைய சக்திக்கும் அப்பாற்பட்டதொரு சக்தி இருக்கிறது போல் இருக்கிறதே' என எண்ணுகிறான். மறுபடியும் ஒன்று நிகழ்கிறது.

மேரு குலுங்குதல்

உலகத்திற்கே நடுத் தூணைப் போலவும், அச்சைப் போலவும் இருக்கிற மேரு மலை குலுங்குகிறது. அது குலுங்கினால் உலகம் முழுதும் குலுங்கும். சூரனது குடல் குலுங்குகிறது. அவன் தன் கண் முன்னாலேயே தனக்குக் கட்டுப்படாத வேறு ஒரு சக்தி இயங்குகிறது என்பதைக் கண்டுவிட்டான். உலகம் எல்லாம் தன் ஆட்டத்திற்கு அடங்கி ஆடிக் கொண்டிருப்பதாக எண்ணியிருந்த அவன் மனம் ஆடுகிறது.

"ஏன் இப்படி மலைகள் பிளந்து விழுகின்றன? மேருகிரி ஏன் குலுங்குகிறது?" எனக் கேட்கிறான் சூரன். அறிந்தவர்கள் சொல்கிறார்கள்; "ஒரு குழந்தை தன் கையைத் தட்டிற்று, அந்த ஓசை கேட்டு இப்படி நிகழ்ந்தன" என்கிறார்கள். சின்னஞ்சிறு குழந்தை விளையாட்டாகக் கையைத் தட்டும்போதே அஷ்டதிக்குக் குலாசலங்களும் பாதி பாதியாய்ப் பிளந்து விழுகின்றன, மேரு குலுங்குகிறது என்றால், அந்தக் குழந்தை நினைத்து ஒரு காரியத்தைச் செய்தால் என்ன ஆகும் என்று நினைக்கிறான். அப்படி நினைக்கும்போது சூரனது மனமாகிய மலை அசையத் தொடங்குகிறது. பின்னாலே நடக்கப் போகிற

யுத்தத்தை நடக்காமல் செய்ய முடியுமா என்ற உள்ளம் ஆண்டவனுக்கு.

இவற்றையெல்லாம் கண்டாவது சூரன் திருந்த மாட்டானா என்று நினைக்கிறான். குறும்பு செய்கிற குழந்தையை அடிப்பதற்கு முன்னால் தாய் அதைப் பயமுறுத்தித் திருத்த விரும்புகிறாள். அப்படியும் திருந்தாவிட்டால் அடிக்கிறாள்.

தேவர் மகிழ்தல்

முருகன் சப்பாணி கொட்டிய அதிர்ச்சியில் மேரு மலை குலுங்குகிறது. மேருமலையின் உச்சியிலே வாழ்கின்ற தேவர்கள் முதலில் அஞ்சினார்கள். சூரனிடம் பயந்து பயந்து வாழ்ந்து கொண்டிருப்பவர்களின் உள்ளங்களில் முதலில் பயம் தோன்றுவது தானே இயல்பு? ஆனால் அடுத்த கணமே சண்முக நாதப் பெருமான் கையைத் தட்டியதால் மேரு குலுங்கியது என்று உணர்ந்தவுடன் அவர்களுக்கு முறுவல் உண்டாகிவிட்டது. முன்பு சூரனிடம் நடுங்கி நடுங்கி அச்சம் கொண்டார்கள்; இப்பொழுதோ முதலில் நடுங்கிப் பின்பு உவகை கொண்டார்கள்.

ஆறு குழந்தைகளாக அவதாரம் செய்த எம்பெருமான் பரா சக்தியின் அணைப்பினாலே ஆறுமுகமும், பன்னிரு திருக்கரங் களும் உடைய சண்முகநாதனாக மாறி வந்திருக்கிறான்; போர் செய்து சூரனைத் தொலைக்க வந்திருக்கிறான். அவன் தன் கையைத் தட்டி, "நான் இருக்கிறேன். உங்களைக் காப்பாற்றுகிறேன்" என அபயம் அளிக்கிறான் என்று நினைக்கும் போது தேவர்களுக்கு மகிழ்ச்சி பொங்கிற்று. சப்பாணி கொட்டிய சண்முகநாதன் சூரன் உள்ளத்தில் பயத்தை உண்டாக்கி, தேவர்களது மனத்தில் அபயத்தை உண்டாக்கினான்.

விண்ணாரும் உய்ய.

தேவர்கள் எல்லாம் உய்வு பெறும்படியாகச் சப்பாணி கொட்டினான். தேவர்கள் சூர சங்காரம் ஆனால்தானே உய்வு

பெறுவார்கள்? சப்பாணி கொட்டிய மாத்திரத்தில் எப்படி உய்வு பெற்றார்கள்?' என்றால், எந்தக் காரியத்தையும் ஆண்டவன் தொடங்கி விட்டால் போதும், அது நிச்சயமாக வெற்றி பெறும் என்பது அவர்களுக்குத் தெரியும். அற்ப சக்தி உடைய மனிதர்கள் ஒரு காரியத்தை நினைந்து ஆரம்பித்தால் அது முற்றுப் பெறாமல் போகலாம். ஆனால் எம்பெருமானுடைய சக்தி அளவிடற்கரியது. தொடங்கினால் போதும்; நிச்சயம் வெற்றி பெறுவான். இந்த உண்மை தெரிந்த தேவர்களுக்கு, அஞ்சாதீர்கள் எனச் சொல்கின்ற குறிப்புப் போலக் கையைத் தட்டினான்.

கைஆ றிரண்டுடைச் சண்முகனே.

ஆறுமுகமும் பன்னிரண்டு திருக்கரங்களும் உடைய சண்முக நாதனாக இருப்பவன் தட்டினான்; பன்னிரண்டு திருக்கரங் களாலும் சப்பாணி கொட்டினான்.

'பன்னிரண்டு திருக்கரங்களும்,ஆறுமுகமும் உடைய சண்முக நாதப் பெருமானே, நீ சப்பாணி கொட்டித் தேவர்கள் உய்யும்படியாகவும், சூரன் முதலிய ஐந்து அசுரத் தலைவர்களின் மனமாகிய மலைகள் எல்லாம் நடுங்கிப் பிளந்து குலுங்கும் படியாகவும் செய்தவன் அல்லவா? நான் என்ன செய்வேன்! என் உடம்பாகிய வீட்டில் ஐந்து பகைவர்கள் எப்போதும் கூத்தாடிக் கொண்டே இருக்கிறார்கள். நெஞ்சம் கணம் கூட உன்னை நினைக்காமல் சுழன்று கொண்டே இருக்கும்படி செய்கிறார்கள். இந்தப் பகைவர் களை அடக்கி, எப்போதும் சுழன்று கொண்டே இருக்கிற என்னுடைய பாச நெஞ்சை, உன் திருவடியைப் பற்றிக் கொண்டு கொஞ்ச நேரமாவது சுழலாமல் நிலைத்திருக்கும்படி காப்பாற்றக் கூடாதா? இந்த வாழ்க்கைக் கூத்துக்கு ஒரு முடிவு கட்ட மாட்டாயா?" என்று வேண்டிக் கொள்கிறார் அருணகிரியார்.

குப்பாச வாழ்க்கையுள் கூத்தாடும்
ஐவரில் கொட்புஅடைந்த

இப்பாச நெஞ்சனை ஈடேற்று
வாய்;இரு நான்குவெற்பும்
அப்பாதி யாய்விழ மேரும்
குலுங்கவிண் ணாரும்உய்யச்
சப்பாணி கொட்டிய கைஆ
றிரண்டுடைச் சண்முகனே!

மேருவும் மலைகளும்

இந்தப் பாட்டையும் சேர்த்து நான்கு பாட்டுக்களில் மேரு மலையும், எட்டுத் திக்கிலுள்ள குன்றுகளும் குலுங்குவதைப் பார்த்தோம். முதல் பாட்டில் முருகப் பெருமானது வாகனமாகிய மயிலின் தோகை பட்டு வீசிய காற்றில் மேரு அசைந்தது என்றும், அது நடையிட எட்டுப் பர்வதங்களும் தூள் தூளாகப் போயின என்றும் சொன்னார். அடுத்த பாட்டில் எம்பெருமானது கொடியில் உள்ள சேவல் சிறகை அடித்துக் கொள்ள மாமேரு வெற்பும் இடைப்பட்ட குன்றமும் இடிபட்டன என்றார். அதற்கப்பால் முருகப் பெருமானின் இடையில் கட்டிய கிண்கிணியின் ஓசையினால் எட்டுவெற்பும் கனகப் பருவரைக் குன்றமும் அதிர்ந்தன என்றார். மயில், கோழி இரண்டும் முருகப் பெருமானது சம்பந்தம் உடையன என்றாலும் அவன் திருமேனியுடனேயே ஒட்டியிருப்பது, அவன் இடையில் கட்டியுள்ள கிண்கிணி. அதை விட அவனது திருமேனியின் உறுப்பாகவே இருப்பது கை.

எதையும் செய்வது கைதான். கை செயலுக்கு அறிகுறி. முருகன் கைகளே துஷ்ட நிக்கிரக சிஷ்ட பரிபாலனம் செய்பவை. தன்னுடைய சக்தியை முதலில் மயிலை விட்டுக் காட்டினான்; கோழியை விட்டுக் காட்டினான்; இடையிலுள்ள மணியை விட்டுக் காட்டினான். இப்பொழுது தன் கைகளைத் தட்டினான். அசுரர்களுக்குப் பயம் உண்டாயிற்று; தேவர்களுக்கு அபயம் அளித்தன.

அவன் கையைத் தட்டியவுடனே மேருவானது குலுங்கியது. எல்லைகளாக உள்ள மலைகள் தகர்ந்து, இரண்டாகப் பிளந்து விழுந்தன. எல்லைகளைக் காப்பாற்றுபவன் அல்லவா இறைவன்? உலகத்தைக் காப்பாற்ற வேண்டியவன் உலகுக்கே அச்சாக உள்ள மேருவைக் குலுக்கலாமா என்பது ஒரு கேள்வி. ஆனால் அந்த எட்டு மலைகளும் இதுவரையில் எந்த ராஜ்யத்திற்கு எல்லையாக இருந்தன? சூரபன்மனது இருள் அரசுக்கு எல்லைக் கல்லாக இருந்தன. மேரு அவன் ராஜ்யத்திற்கு அச்சாக இருந்தது. அதனால் சூரபன்மனது மாயா வாசனை ஏறியிராதா? படலம் படலமாக அவனால் ஏற்பட்ட அழுக்கு அவற்றின்மேல் ஏறி நிற்கின்றது. அவை உதிர வேண்டுமென்றால் அவற்றை உலுக்கித்தானே ஆக வேண்டும்? வைரம் உயர்ந்ததுதான். நல்லவர்கள் கையில் கிடைத் தால் அது மிகச் சிறந்து உயர்ந்த ஆபரணமாகியது. கெட்டவர்கள் கையில் சேர்ந்தால் அது நஞ்சாகத்தானே மாறுகிறது. மேரு உயர்ந்ததுதான். ஆனால் அது சூரனுடைய சம்பந்தத்தால் அழுக் கடைந்திருந்தது. அந்த அழுக்குப் போகவேண்டுமென்றால் குலுக்கத்தானே வேண்டும்?

"பன்னிரண்டு திருக்கரங்களால் சாப்பாணி கொட்டிய சண்முக நாதா, ஐந்து பகைவர்களால் என் மனம் சுழன்று கொண்டே இருக்கிறதே! இதைக் காப்பாற்ற மாட்டாயா? என் மனம் உன் திருவடிகளில் தூங்கும்படியாகச் செய்ய மாட்டாயா?" என்ற குறிப்புள்ள பிராத்தனையை அருணகிரியார் வழங்கும் பாட்டில் நாம் தெரிந்து கொள்ளலாம்.

'குப்பாச வாழ்க்கையுள் கூத்தாடும்
ஐவரில் கொட்படைந்த
இப்பாச நெஞ்சனை ஈடேற்று
வாய்;இரு நான்கு வெற்பும்
அப்பாதி யாய்விழ மேரும்
குலுங்கவிண் ணாரும் உய்யச்
சப்பாணி கொட்டிய கைஆ
றிரண்டுடைச் சண்முகனே!'

[பூமியில் பாசத்தினாற் கட்டப்பட்ட வாழ்க்கையில், கூத்தாடும் ஐம்பொறிகளால் சுழற்சி அடைந்த இந்தப் பாசமயமான நெஞ்சையுடைய எளியேனை நற்கதி அடையச் செய்வாய்; எட்டு மலைகளும் அங்கங்கே அந்த அந்தப் பாதியாய்த் துண்டுபட்டு விழவும், மேரு மலையும் குலுங்கவும், தேவர்கள் உய்யவும் சப்பாணி கொட்டிய பன்னிரண்டு கைகளை உடைய ஆறுமுகப் பெருமானே!

கு - உலகம். ஐவர் - ஐம்பொறிகள். கொட்பு - சுழற்சி.]

சிற்றடி பட்ட இடம்

அருணகிரிநாதப் பெருமான் முருகன் என்னும் குழந்தையை நமக்குக் கொஞ்சம் கொஞ்சமாகக் காட்டிக் கொண்டு வருகிறார். குறிஞ்சிக் கிழவன் என்று பெயர் சொன்னாலும், குருத்தைப் போலப் பச்சிளம் குழந்தையாகத் தொட்டிலில் படுத்து விளையாடிப் பாலுக்காக அழுவதைச் சொன்னார். பின்பு அவனது இடையில் கட்டிய கிண்கிணியில் ஒலி எப்படி எதிரொலியை எழுப்பியது என்று சொன்னார். அதற்குப் பிறகு முருகன் தவழ்ந்து உட்கார்ந்து கையைச் சேர்த்துச் சப்பாணி கொட்டியதைக் கூறினார். அதன் பின்பு முருகக் குழந்தை நடக்கத் தொடங்கி யிருக்கிறான். அக்குழந்தை அடி எடுத்து வைக்கும்போது என்ன விளைந்தன என்று அவர் சொல்கிறார்.

கலைஞர் வழக்கம்

அருணகிரிநாதர் கவிஞராதலின், ஒரு கருத்தைச் சொல்ல வரும் போது அதை மாத்திரம் நேர்முகமாகச் சொல்லாமல், சுற்றிச் சூழ இருக்கிற விஷயங்களையும் சொல்லி அழகுபட விளக்குவார். ஒன்றைச் சொல்லுகையில் அதற்கு நிலைக்களனாகத் தொடர்புடைய வேறு பலவற்றைச் சொன்னால் அழகாக இருக்கும். பொன்னாலான கட்டித்திற்குள் வைரத்தை வைத்துக் கட்டினால் அழகு மிகுதியாகும். அஸ்திவாரம், விதானம், தூண் முதலியவை யாவும் விரிவாக வைத்து அமைத்துக் கோயிலைக் கட்டிக் கும்பாபிஷேகம் செய்கிறார்கள். இது கலைஞர்களின் வழக்கம். அந்த வகையில் எம்பெருமான் அடி எடுத்து வைத்தான் என்று சொல்ல வரும்போது அவனுக்கு முன்னாலே அடி எடுத்து வைத்த பெருமானை நினைக்கிறார்; முருகனுடைய மாமாவை நினைக்கிறார். தம்முடைய பெரிய

திருவடியால் அவர் மூன்றடி வைத்து அளந்தார். அவருடைய மருமகனாகிய முருகப் பெருமானும் தன்னுடைய சிறிய அடிகளால் மூன்றடி. வைத்தான். அருணகிரியார் இந்த இரண்டையும் சேர்த்துச் சொல்லுகிறார்.

திரிவிக்கிரமர்

முதலில் பெரிய அடிகளால் அளந்த பெருமானைப் பார்ப்போம்.

படிமாவலிபால்
மூவடி கேட்டு, அன்று மூதண்ட கூட. முகடுமுட்டச்
சேவடி நீட்டும் பெருமான்.

பழைய காலத்துக் கதையாகையால் 'அன்று' என்று சொல்கிறார். ராமாவதாரம், கிருஷ்ணாவதாரம் ஆகியவற்றுக்கு முன்பே நடந்த கதை; வாமனாவதாரத்து நிகழ்ச்சி இது.

"மூன்று அடி தந்தேன்" என்று மகாபலி சொன்னவுடனே விசுவரூபத்தை எடுத்துக் கொண்டு பூவுலகத்தைத் தம்முடைய பேரடியினால் ஓர் அடியாகவும், வானுலகத்தை ஓர் அடியாகவும் அளந்துவிட்டு, மூன்றாவது அடிக்கு இடம் எங்கே என்று கேட்டார் திரிவிக்கிரமர். மகாபலிச் சக்ரவர்த்தியிடம் அவர் வரும் போது வாமனராக, குறிய வடிவினராக வந்தார். தம்முடைய உடம்பை மிகவும் குறுக்கிக் கொண்டு, பார்ப்போர் அருவருத்து வெறுத்து ஒதுக்கும் படியாகக் கூனிக் குறுகி வந்தார். பல்லெல் லாம் தெரியக் காட்டிப் பிறரிடத்தில் கையை நீட்டி இரத்தல் இழிவான செயல். அப்படி இரக்கிறவன் எத்தகைய தைரியமும், பராக்கிரமும் உடையவனாக இருந்தாலும் கேட்கும்போது கூனிக் குறுகிப் போவான். தானம் வாங்கப் போன திருமால் தம்முடைய நெடிய உருவத்தோடு போக வேண்டாம்; சாதாரண மனிதனது உயரத்திலாவது போயிருக்கக் கூடாதா? அதிலும் மிகக் குட்டை யான் வாமன உருவத்தோடு சென்றார். கடவுள் எந்த விளையாட்டைச் செய்தாலும் அதில் ஒரு நீதி

இருக்கும். யாசகத்திற்கு என்று போகும்போது அவருடைய உருவமே குறைந்துவிட்டது. பிறரிடம் கையை நீட்டி யாசகம் பண்ணுகிறவர்கள் கூனிக் குறுகிப் பல்லை இளிக்கும் அவலநிலையை அடைவார்கள் என்ற தத்துவத்தை அதனால் காட்டினார்.

உலகத்தில் உள்ளவர்களுக்கு மிகுந்த துன்பத்தை அளித்து வந்த மகாபலியை அடக்கவே அவர் போனார். அவனிடத்தில், "மூன்றடி மண் தா" என்று கேட்டார். உலகத்தோருக்கு எல்லாப் பொருளையும் கொடுக்கும் வள்ளலாகிய திருமால், எல்லாப் பொருள்களையும் தம்மிடத்திலேயே வைத்துக் கொண்டிருப்பவராக இருந்தாலும், மகாபலியிடம் அவர் கேட்டது யாசகந் தானே? இல்லாதவன் கேட்பது இயற்கை. அவன் கூடக் கேட்கக் கூடாது என்று பெரியோர் கூறுவர்.

மகாபலியின் இயல்பு

வாமனராக வந்து யாசித்த போது மகாபலி என்ன நினைத் தான்? அவன் ஞானம் உடையவன் அல்லவே! ஞானம் உடையவனாக இருந்தால் தருகிறேன் என்று சொல்வானா? "நான் தருவதற்கு என்ன இருக்கிறது? எல்லாவற்றையும் எனக்குத் தந்தவன் நீ தானே? என்னிடம் நீ கொடுத்திருப்பனவற்றை எல்லாம் நீயே வாங்கிப் போக வந்திருக்கிறாய். எடுத்துக் கொண்டு போ" என்று சொல்லி அவன் காலைப் பிடித்துக் கொண்டிருக்க மாட்டானா?

மகாத்மா காந்தி அடிகள் ஒரு கருத்தை அடிக்கடி சொல்வார். பணக்காரர்கள் எல்லாம் தர்மகர்த்தா மாதிரி இருக்க வேண்டும். ஆண்டவன் திருவருளால் தாம் பெற்ற பணத்தைப் பிறருக்கும் கொடுத்துப் பகிர்ந்து உண்ண வேண்டும். "அப்படிப் பணக்காரர்கள் இருந்தால் தொழிலாளி, முதலாளியிடையே சண்டையே வராது' என்று பலமுறை அவர் சொல்லி இருக்கிறார். மகாபலி ஞானம் உடையவனாக இருந்தால், "ஆண்டவனே, முன்னாலே கொடுத்த பொருளை உரிமையோடு கேட்பதற்கு வந்திருக்கிற நீ எல்லாவற்றையும்

எடுத்துக் கொண்டு போகலாம்" எனச் சொல்லி அவன் காலைப் பற்றிக் கொண்டிருப்பான். அவன் அரக்க சாதியினன். ஆகவே தன்னிடம் யாசகத்திற்கு வந்திருப்பவனுக்குத் தான் ஏதோ கொடுப்பதுபோல எண்ணிக் கொண்டு, 'தருகிறேன்" எனச் சொல்லி, கையில் நீர் வார்க்கக் கிண்டியை எடுத்தான்.

உலகத்தில் முற்றும் பொல்லாதவர்களும் இல்லை; நல்லவர் களும் இல்லை. பொல்லாதவர்களிடத்தும் சில நல்ல குணங்கள் இருக்கும். ஒருவன் ஒழுக்கம் தவறியவனாக இருப்பான். ஆனால் யார் கேட்டாலும் இல்லை என்னாது கொடுக்கும் இயல்பு அவனிடம் இருக்கும். இத்தகையவன் மகாபலி. வாமன உருவத்தில் திருமால் வந்திருக்கிறார் என்று தெரிந்து கொள்ளவில்லை. அவர் கேட்ட மூன்றடி மண் தருகிறேன் என்று சொல்லிவிட்டான்.

சுக்கிராசாரியார் செய்கை

ஆனால் அவனுடைய குரு சுக்கிராசாரியாருக்கு வாமனராக வந்தவர் யார் என்று தெரியும். அவர் ஞானம் உடையவர். "மகா பலியே, வாமனராக வந்திருப்பவர் யார் என்று தெரியாமல், கொடுக்கிறேன் என்று சொல்லிவிட்டாயே. முடியாது என்று சொல்லிவிடு" என அவனைத் தடுத்தார்.

"நான் சொன்ன வாக்கை மீற மாட்டேன்" என்று சொல்லி விட்டான் மகாபலி. அப்பொழுதுங் கூடச் சுக்கிராசாரியாருக்கு மனம் வரவில்லை. அவன் தண்ணீர் வார்க்க எடுத்த கிண்டியின் வாயில் ஒரு சிறு வண்டைப் போல நுழைந்து கொண்டு, தண்ணீர் கீழே விழாமல் தடுத்தார். வாமனர் தம் கையில் வைத்திருந்த தர்ப்பையை எடுத்து அதன் துவாரத்தின் வழியே குத்தினார். அதனால் சுக்கிராசாரியார் ஒரு கண்ணை இழந்தார். நல்ல ஞானம் படைத்த சுக்கிராசாரியாருக்கு அசுரனாகிய மகாபலியைத் திருத்துகிற ஆற்றல் இல்லை. மகாபலியின் அசுரத் தன்மை அவருக்கு வந்துவிட்டது. நல்லவர்களிலும் சிலர் சேர்க்கையினால் இப்படித் தான் கெட்டுப் போவார்கள் என்பதற்கு அவர் ஒரு சான்று. சில

நல்லவர்கள் எங்கே இருந்தாலும் அந்த இடத்தில் தாம் கெட்டுப் போகாமல் இருப்பார்கள். இது அவர்களின் மனத்தின்மையைப் பொறுத்தது.

ஒருவன் மற்றொருவனுக்கு ஒன்றைக் கொடுக்கும்போது அதைக் கொடுக்காதே என்று தடுக்கக் கூடாது என்பது நல்ல ஞானம் வாய்ந்த சுக்கிராசாரியாருக்குத் தெரியவில்லை. நாம் சில சமயங்களில், "அவன் எனக்குக் கொடுக்கிறேன் என்றதை இந்தப் பாவி கொடுக்காமல் செய்துவிட்டானே! இவனும் இவனைச் சேர்ந்தவர்களும் வாழ்வார்களா? சோற்றுக்கும் துணிக்குமின்றி இவன் நாசமாகப் போகமாட்டானா?" என்று சொல்வது உண்டு. அதையே அழுத்தந் திருத்தமாக வள்ளுவர் அழகான தமிழில் மிக நாகரிகமாகச் சொல்கிறார்.

"கொடுப்ப தழுக்கறுப்பான் சுற்றம் உடுப்பதூஉம்
உண்பதூஉம் இன்றிக் கெடும்."

சுக்கிராசாரியார் இந்தப் பாவத்தைச் செய்தார். வாமனர் ஒரே அடியாகச் சுக்கிராசாரியாரை மாய்த்து இருக்கலாம். பெருமாளுடைய நோக்கம் அது அல்ல. சுக்கிரசாரியாருக்கு அறிவு போதாது; இரண்டு கண்ணும் இருக்கும் மனிதனுக்கு இருக்க வேண்டிய அறிவு விரிவு அசுரகுருவுக்கு இல்லை. ஆகையால் ஒரு கண்ணைக் குத்தி விட்டார்.

மகாபலி நீர் வார்த்து, "மூன்றடி மண் தந்தேன்" என்று சொன்னான். உடனே வாமனருடைய திருவுருவம் பெரிதாகி விட்டது. விசுவரூபத்தை ஏற்றுக் கொண்டவுடன் தம்முடைய ஓர் அடியாலே பூவுலகத்தை அளந்தார். மற்றோர் அடியாலே வானுலகத்தை அளந்தார். மூன்றாவது அடியால் அளக்க ஒன்றும் இல்லை."நீ வாக்களித்தபடி மூன்றாவது அடிக்கு இடம் எங்கே?" என்று கேட்டார். அப்போது மகாபலி தன் தலையைக் காட்டினான். "உன் திருவடியை என் தலையில் வைத்து அளந்து கொள்" என்றான். திருமால் அவன் தலையின் மேலே தம்முடைய திருவடியை எடுத்து வைத்தார். இறைவரது திருவடி சம்பந்தம் கிடைத்த மாத்திரத்திலே

அவனுக்குப் புகழ் உண்டாகி விட்டது.
"எம்பெருமானே,இன்றைக்குத்தான் என் அகத்தில் நீங்கள் விளக்கு ஏற்றி வைத்தீர்கள். இன்றைத் தினத்தில் உலகிலுள்ள மக்கள் தங்கள் அகங்களில் விளக்கு ஏற்றி வைத்துக் கும்பிடட்டும், என் நினைவாக" என்றான். மகாபலிச் சக்ரவர்த்தி நல்ல ஞானம் பெற்று உய்யுமாறு பெருமாள் அவன் தலையில் திருவடி வைத்த நாளைத்தான் நம் நாட்டில் இன்றைக்கும் கார்த்திகைத் திருவிழாவாகத் தீபங்கள் ஏற்றி வைத்துக் கொண்டாடுகிறோம்.

"மனிதன் யார்? அவன் தன்னுயிரைக் காப்பாற்றிக் கொள்ள வழி என்ன? அதைக் காப்பாற்றித் தருகின்ற நாயகன் யார்?" என்பவற்றைப் போதிக்கின்ற வேதாந்த சித்தாந்த தத்துவங்களை உள்ளடக்கிக் கொண்டிருக்கின்றன நாம் கொண்டாடுகின்ற திருநாட்கள். மகாபலியின் அகத்தில் விளக்கு ஏற்றப்பட்ட நாள் எல்லா மக்களின் அகத்திலும் விளக்கு ஏற்றி வைக்கப்படும்

கார்த்திகை நாளாக இருக்கிறது; இந்தக் கதையை நினைவு படுத்துகிறார் அருணகிரியார்.

படி மாவலிபால்
மூவடி கேட்டுஅன்று மூதண்ட கூட முகடுமுட்டச் சேவடி
நீட்டும் பெருமான்

மாவலிபால் படி மூவடி கேட்டார். படி என்பது நிலம். பிறகு பழையதாகிய இந்த அண்டத்தின் உச்சியிலே முட்டும்படியாத் தம் சிவந்த அடியை நீட்டிய பெருமான் திருமால்.

2

பேரடியும் சிற்றடியும்

சேவடி நீட்டும் பெருமான்
மருகன்தன் சிற்றடியே

அப்படிச் சேவடியை நீட்டிய பெருமானுக்கு மருகன், தங்கை பிள்ளை, முருகன்.மாமாவாகிய திருமாலின் அடி பெரிய அடி; உலகத்தை எல்லாம் அளந்த பேரடி. அந்தப் பேரடியை உடையவர் மருகன் முருகக் குழந்தை. அவனுடைய திருவடி சிறிய அடி. மாமாவின் பேரடி மூன்று பொருளை அளந்தது. மருகனின் சிற்றடியும் மூன்று பொருளை அளந்தது. பூவுலகம், வானுலகம், மாவலியின் தலை ஆகிய மூன்றையும் அளந்தது அந்தப் பேரடி. இந்தச் சிற்றடி எந்த மூன்று பொருள்களை அளந்தது?

தாவடி ஓட்டும் மயிலிலும் தேவர் தலையிலும்,என் பாஅடி ஏட்டிலும் பட்டதன்றோ?

மயிலின்மேல்

முருகனுடைய சிற்றடி மயில் மேலே பட்டது. மோட்டார் கார் வைத்திருந்தவர்கள் யாவருக்கும் யுத்த காலத்தில் பெட்ரோலுக்கு லைசென்சு எளிதில் கொடுக்கவில்லை. ஆனால் பெட்ரோல் மிக எளிதாகக் கிடைக்கக்கூடிய சிலபேர் இருந்தார்கள். அவர்கள்தாம் டாக்டர்கள். அவர்களுக்குப் பெட்ரோல் எளிதாகக் கிடைக்கும் படி லைசென்சு கொடுக்காவிட்டால் யாருக்குத் துன்பம்? நோய்ப் பட்டிருக்கிற உயிர்களின் நோயைப் போக்குபவர்கள் டாக்டர்கள். சமுதாயத்தில் மிகச் சிறந்த தொண்டைச் செய்பவர்கள். அவர்களுக்குக் கார் எதற்கு என்றா கேட்பது?

டாக்டர் ரங்காச்சாரியார் வைத்தியத் துறையில் மிகப் புகழ் வாய்ந்தவர். எத்தனையோ உயிர்களைக் காப்பாற்றியிருக்கிற புண்ணியவான் அவர். அவர் மிகப் பெரிய 'ரோல்ஸ் ராய்ஸ்' கார் வைத்திருந்தார். யாரோ ஒருவர் அவரை, "இவ்வளவு அதிக விலை உடைய கார் எதற்காக வைத்திருக்கிறீர்கள்?" என்று கேட்டாராம். டாக்டர் அதற்குப் பதிலாக அவரைப் பார்த்து, "நீங்கள் இரண்டு மூன்று லட்சம் செலவு செய்து எதற்காக வீடு கட்டினீர்கள்?" என்று கேட்டார். நான் வாழ்கின்ற வீடு அல்லவா? அதற்காகத் தான் மிக்க

வசதியுள்ளதாக அதிகப் பொருள் செலவு செய்து கட்டினேன்'' என்றாராம் கேட்டவர். "நானும் ஒரு நாளைக்குப் பல மணி நேரம் காரில் வசிப்பதனால் தான் இதை வைத்திருக்கிறேன்'' என்று சொன்னாராம்.

அதைப்போல மயில் வாகனம் வைத்துக் கொண்டிருக்கிற பெருமான் அதைப் பெருமைக்காக வைத்துக் கொள்ளவில்லை. கோயிலில் வைத்துக் கும்பிடுவதற்காகவும் அல்ல. அடியார்கள் அழைப்பதற்கு முன்னே ஓடிச் சென்று அருள் செய்வதற்காக வைத்திருக்கிறான்.

"நீலம்கொள் மேகத்தின் மயில்மீதே நீவந்த வாழ்வைக்கண் டதனாலே மால்கொண்ட பேதை"

என்று ஒரு திருப்புகழ் வருகிறது.

"ஆண்டவனே, நான் நீ இருக்கிற இடத்திற்கு வந்து உன்னை எவ்வாறு வேண்டி அருள்பெறப் போகிறேன்!" என ஏங்கினாள் ஒரு பெண். முருகன் மயில் வாகனத்தில் வந்து அன்பர்களின் வீட்டு வாசலில் இறங்கினான். 'தேவலோகத்தில் இருப்பவன் பூலோகத்திலுள்ள சிற்றுயிர்களுக்கு அருள் செய்வதற்காகவே மிக வேகமாக ஓடி வரும் மயிலை வாகனமாக வைத்திருக்கிறான். ஆகவே அவன் மேல் காதல் கொண்டால் அது நிறைவேறும் என்று அந்தப் பெண்ணுக்குத் தைரியமும் நம்பிக்கையும் வந்தனவாம்.

எம்பெருமான் மயில் வாகனத்தின்மேல் எப்பொழுது ஏறு கிறான்? தன்னை நினைந்து உருகுகின்ற பக்குவத்தை அடைந் திருக்கும் அடியார்களை அந்தக் கணமே ஆட்கொள் வதற்காகப் பாய்ந்து ஓடும்போது அதை அணைத்துக் கொண்டு ஏறுவான். அவனது கால் மயிலின்மீது படுவதே அடியார்களுக்கு அருள் செய்வதற்காகத் தான். அதன்மீது அவன் ஒரு காலைத் தூக்கிப் போட்டுக் கொண்டு மற்றொரு காலைத் தூக்குகிறான். அவன் அமர்ந்த மாத்திரத்திலே நாலுகால் பாய்ச்சலில் குதிரை செல்வது போல அந்த மயில் தாவி ஓடுகிறது. அவன் விரைவாகவே ஏறு கிறான். அவன்

சரியாக அமர்வதற்கு முன்னே மயில் விரைந்து செல்லத் தொடங்குகிறது. முருகன் மயில் வாகனத்தின் மேல் பொருந்திச் சுகமாக அமர்ந்திருக்கவில்லை. அன்பர்களிடம் சென்று உதவ வேண்டும் என்ற வேகத்தோடு இருக்கிறான். இதை நினைந்தே, "சுப்பிரமணியசுவாமி மயில் வாகனத்தில் இருக்கிறமாதிரி" என்ற பழமொழி வந்தது. அதற்கு வேறு வகையாகப் பொருள் சொல் வார்கள். அது தவறு.

தாவடி ஓட்டும் மயிலிலும்.

தாவுகின்ற அடியை உடையது மயில். தாவித் தாவி ஓடுகின்ற அந்த மயிலின் மேல் முருகன் தன் சிற்றடியை வைத்தான், எதற்காக? அடியார்களுக்கு அருள் செய்வதற்காக.

தேவர் தலை மேல்

தேவர் தலையிலும்

எம்பெருமான் அடி சிற்றடியானாலும் அதன் பெருமை சொல்லி முடியாது."ஒரு பறவையின் மேலேதானே அந்தத் திருவடி பட்டது?" எனக் குறைவாக நினைக்கக் கூடாது.

முப்பத்து முக்கோடி தேவர்கள் தாம் தாம் உயர்ந்தவர்கள் என்று எண்ணி இறுமாந்து தலை நிமிர்ந்து நடந்தார்கள். அவர்கள் தலை வணங்கி அறியாதவர்கள். தம்மைக் காட்டிலும் வேறு ஒரு தலைவன் இல்லை என்று நினைத்துக் கொண்டிருந்தார்கள். அவர்களுடைய தலைவனாகிய இந்திரன் தலை நிமிரிந்து செருக் கோடிருந்தான். ஆண்டவன் அவர்களுக்குப் புத்தி கற்பிக்க வேண்டு மென்று நினைத்தான். சூரன் என்ற அசுரன் வந்தான். அப்பொழுது தான் இந்திராதி தேவர்களுக்கு, தங்களினும் மேம்பட்ட ஆற்றலுடையவர்கள் இருக்கிறார்கள் என்று தெரிய வந்தது. சூரன் தன்னுடைய அசுரத் தன்மையைக் காட்டித் தேவர்களை அல்லலுற வைத்தான். இந்திரனது வீரம் அவனை அடக்கப் பயன்பட வில்லை. அவனது வச்சிராயுதமும் பயன்படவில்லை. அவன் தேவலோகத்தையே இழந்தான்.

அப்பொழுதுதான் இந்திரன் முதலிய தேவர்களுக்கு ஆண்டவன் நினைவு வந்தது. சிவபெருமானிடத்தில் ஓடிப் போய், "எம் பெருமானே, சூரன் செய்கிற கொடுமைகள் எல்லையில்லாதன; அவனை அடக்க மிக்க வீரம் செறிந்த ஒரு குழந்தையைத் தர வேண்டும்" என்று வேண்டினர். அப்பொழுது முருகன் அவதாரம் செய்தான். முப்பத்து முக்கோடி தேவர்களுக்கு வாழ்வளிக்க முருகன் என்னும் குழந்தை அவதாரம் செய்திருக்கிறான் என்றால், அவர்களெல்லாம் அவனைத் தலையில் தூக்கி வைத்துக் கொண்டு ஆடாமல் என்ன செய்வார்கள்? அக்குழந்தையின் சிறிய திருவடிகள் தேவர் தலைகளின் மேல் பட்டன. "முருகனே, உன்னுடைய சின்னஞ்சிறு திருவடியை எங்கள் தலையிலே வை அப்பா" எனச் சொல்லித் தேவர்கள் தலையைக் காட்டி வணங்கினர். முன்பு தலை நிமிர்ந்து நின்றவர்கள் முருகப் பெருமானுக்கு முன் தலை வணங்கினார்கள். அவர்கள் தலைகளில் எல்லாம் அந்தக் குழந்தையின் சிற்றடி பட்டது.

3

பழமும் விதையும்

தாவடி ஓட்டும் மயிலிலும்
தேவர் தலையிலும்,என்
பாஅடி ஏட்டிலும் பட்டதன்றோ?

இந்தப் பாட்டை அருணகிரியார் சொல்வதற்கு முக்கியமான காரணம் இரண்டாவது அடியில் இருக்கிறது. நல்ல பழத்தில் மேலே தோல் இருக்கும். அப்புறம் கதுப்பு, சுளை; நடுவிலே விதை இருக்கும். இந்தப் பாட்டிலும் விதைபோல அவருடைய சொந்த அநுபவம் இரண்டாவது அடியில் இருக்கிறது. அதை எப்படிச் சொல்கிறார்? "மகாபலியிடத்தில் மூன்றடி நிலம் கேட்டு, பிரபஞ்சமாகிய அண்டத்தின் முகடு முட்டும்படியாகப் பெரிய உருவத்தை எடுத்துக் கொண்டு தம்முடைய பெரிய அடி ஒன்றினாலே பூமியையும், மற்றோர்

அடியாலே வானத்தையும், மூன்றாவது அடியாலே மகாபலியின் தலையையும் அளந்த பெருமானுடைய மருகனாகிய முருகன், மயிலின் மேலே ஏறும் போது தன்னுடைய சிற்றடி அதன் மேல் படும்படி செய்தான். முப்பத்து முக்கோடி தேவர்களுடைய தலைமீது தன் சிற்றடி படும்படியாகச் செய்தான். தேவர்களுடைய சிரத்திற் பட்டது கிடக்கட்டும். அந்தச் சிற்றடி "என் பா அடி ஏட்டிலும் பட்டது" என்று சொல்கிறார். இதுதான் அவரது சொந்த அநுபவம்.

அடி ஏடு

ஒருவர் அருணகிரியாரைப் பார்த்து, "நீங்கள் ஆயிரக்கணக்கான பாடல்களை எழுதிக் குவிக்கிறீர்களே; அது எப்படி முடிகிறது? அற்புதமான திருப்புகழைச் சந்தம் பிறழாமல் பாடும் ஆற்றல் உங்களுக்கு எப்படி ஏற்பட்டது? கங்கையாற்று வெள்ளம் போலல்லவா பாட்டு உங்கள் வாக்கிலிருந்து பொங்குகிறது?" என்று கேட்பதாக வைத்துக் கொள்வோம். அந்தக் கேள்விக்கு விடை அளிப்பதைப் போல இங்கே அருணகிரியார் பாடுகிறார்.

"என்ன அப்பா சொன்னாய்? நானா பாடுகிறேன்? நான் எழுதுகிற பாக்கள் எல்லாம் உயர்ந்தன என்றா புகழ்கின்றாய்? இந்தப் புத்தகத்தைப் பார்த்தாயா? இதன் அடி ஏட்டிலே விழுந்திருக்கும் முத்திரையைப் பார்?" என்று காட்டுகிறார்.

ஒரு வியாபாரியிடம் சென்று, "என்ன ஐயா, இந்த ஆண்டு லட்சக்கணக்கான லாபம் சம்பாதித்திருக்கிறாயே! உன் கணக்குப் புத்தகத்தில் இவ்வாண்டு முதல் முதலில் யாருடைய பெயரில் வரவு வைக்கப்பட்டது?" என்றால் அவர் என்ன சொல்கிறார்? "என் அம்மாவின் பெயரைப் போட்டு முதலில் வரவு வைத்தேன்" என்று சொல்கிறார்.

அதே மாதிரியாக அருணகிரியார் சொல்கிறார். "இவற்றை எல்லாம் நானா பாடினேன்? என்னுடைய பாக்களின் அடி ஏட்டைப் பார்த்தாயா? மஞ்சள் குங்குமம் தடவினாற்போல, பிள்ளையார் சுழி போட்டாற்போல, என் பாடி அடி ஏட்டிலே

முருகப் பெருமானுடைய சிறிய திருவடிகள் அல்லவாபட்டிருக்கின்றன? என் பாட்டின் அடி ஏட்டிலே முதல் முதலில் அவன் தன் திருப்பாதங்களை வைத்தான். அந்த ஏட்டைத் தன் திருவடிகளால் தொட்டுவிட்டு, அப்புறம் அவன் அல்லவா எல்லாவற்றையும் காலால் எழுதினான்?" என்பது போலச் சொல்கிறார்.

என்
பா அடி ஏட்டிலும் பட்ட தன்றோ?

"தாவி ஓடுகின்ற மயிலின் மேலே பட்ட திருவடி, தேவர் களுடைய தலையில் பட்ட திருவடி, என்னுடைய கவிதையின் அடி ஏட்டிலும் பட்டதன்றோ? மயிலைப் போல மெத்தென்று இருப்பது அல்ல என் ஏடு. அல்லது தேவர்களுடைய முடியைப் போல ரத்தின கசிதமான வேலைப்பாடு அமைந்த மகுடங்கள் நிரம்பியதும் அல்ல. வேறு சிறப்பு எதுவும் இல்லாதது.அப்படி இருந்தும் அந்தப் பெருமானுடைய சிற்றடி என் பா அடி ஏட்டிலும் பட்டது. அவன் கருணை அது. அவன் திருவடி பட்ட மாத்திரத்திலே இக்கவிதைகள் உயர்வு பெறாமல் எப்படி இருக்கும்?" என்று சொல்வது போலச் சொல்கிறார்.

அருணகிரியார் பெரிய புலவர். அவர் சந்தம், எதுகை மோனை முதலியவை பார்த்து, வார்த்தைகளைச் சேர்த்துக் கவிதை எழுதுபவர் அல்ல; கவிதை பாடுகிறவர்.

"என் பா அடி ஏட்டிலும் பட்டதன்றோ எனச் சொல்லி யிருக்கிறாரே; ஆயிரக்கணக்கான பாடல்களை எழுதியிருக் கிறாரே; எந்தச் சுவடியின் அடி ஏட்டில் அந்தப் பெருமானுடைய சிற்றடி பட்டது?" என்று கேட்கலாம்.

அருணகிரியாரைப் போன்று பெரும் புலவர்கள் ஏடு எழுத்தாணி எடுத்து வைத்துக் கொண்டு பாட்டுக்கள் எழுதுபவர்கள் அல்ல. அவருக்கு ஏடு எது? நாக்குதான். நாவிலிருந்து வெள்ளம் வெள்ளமாகக் கவிதை பெருகும். அவ்வாறு பாட்டு வரவேண்டுமென்றால் அது

இருதயத்திலிருந்து கிளம்ப வேண்டும். உள்ளே நினைத்தால்தான் வாக்கிலே வரும். நாம் பேசுகின்ற பேச்சு எல்லாம் முதலிலே மனத்துள் உருவாகிறது. அது வெடித்து எழுந்து வந்து நாக்கிலே குதிக்கிறது. பேசுகிறோம்.

உள் நின்ற நாக்கு

தஞ்சை மாவட்டத்தில் திருக்கருகாவூர் என்று ஒரு தலம் இருக்கிறது. அதன் பெயர் திருக்களாவூர் என மருவி வழங்குகிறது. அந்த ஊரில் உள்ள அம்பிகையின் பெயர் கருக்காத்த நாயகி. கருவுற்ற மகளிரைக் கருச்சிதையா வண்ணம் காப்பாற்றுகிறவள் அந்த அம்பிகை. இன்றைக்கும் அம்பிகை சந்நிதியில் எண்ணெய் வார்த்து அந்த எண்ணெயைக் கருவுற்ற மகளிர் பயன்படுத்திக் கொள்கிறார்கள். அம்பிகை, கருக் காக்கின்ற ஊர் ஆதலாலே அதற்குத் திருக்கருகாவூர் என்று பெயர். அந்தத் தலத்துக் கடவுளைப் பற்றி அப்பர் சுவாமிகள் ஒரு பாட்டுப் பாடுகிறார். பெரிய பாட்டு. அதிலே நமக்கு வேண்டியது ஓர் அடி.

"உள்நின்ற நாவுக்கு உரையாடியாம்"

எனப் பாதி அடியில் சொல்கிறார்.

நாடகங்களில் திரைக்கு முன்னாலே மேடையில் வேஷம் போட்டுக் கொண்டிருப்பவர்கள் நடிப்பார்கள். திரைக்குப் பின்னால் இருந்து ஒருவன் நடிகன் பேச வேண்டிய பேச்சுக்களை மெள்ளப் படிப்பான். அவனுக்குப் "ப்ராம்ப்டர் *(Prompter)* என்று ஆங்கிலத்தில் பெயர். எவ்வளவு பெரிய நடிகனாக இருந்தாலும் அவன் சொல்ல வேண்டிய வார்த்தைகள் விட்டுப் போகாமல் இருக்க, உள்ளே இருந்து 'ப்ராம்ப்டர்' சொல்லிக் கொண்டே இருப்பான்.

அதே போன்ற ஒன்று நாம் பேசுகையில் நிகழ்கிறது. நாக்குப் பேசுகிறது. இந்த நாக்குப் பேசுவதற்கு முன்னாலே உள்ளே இருக்கிற நாக்கு ஒன்று பேசுகிறது. வெளியே இருக்கிற நாக்காகிய ஏட்டுக்கு அடி ஏடு உள்ளேயுள்ள நாக்கு.

புறத்தில் இருக்கிற கண்ணைப் புறக்கண் என்கிறோம். அதே போல அகத்தில் கண் இருக்கிறது. அது அகக்கண். கண் மாத்திரம் அல்ல. காதும் இருக்கிறது. உள்ளே இருக்கிற நாக்குப் பேசுவதைத்தான் நினைப்பு என்று சொல்கிறோம். உள்ளே இருக்கிற நாக்குப் பேசுவதை வெளியே இருக்கிற நாக்கானத ஒலியை அதிகப்படுத்திக் கூட்டியும், குறைத்தும் வெளியிடுகிறது.

'இல்லை, இல்லை. வெளியே இருக்கிற நாக்குத்தான் பேசு கிறது" என்றால் ஊமைக்கும் நாக்கு இருக்கிறதே, அவனால் பேச முடிகிறதா? இல்லை. ஏன்? பேச்சு என்ற ஒன்று உள்ளே எழுந்தால்தான் வெளியே வரும். உள்ளே உள்ள நாக்குப் பேச வில்லை என்றால் வெளியே உள்ள நாக்கும் பேசுவது இல்லை.

உள்ளே இருக்கிற நாக்கும் தானாகப் பேசாது. அதற்கு உரை சொல்லிக் கொடுக்கிறவன் ஒருவன் இருக்கிறான். அவன்தான் ஆண்டவன். முதலிலே பேசுகிறவன் ஆண்டவன். அதற்கு அப்புறம் உள்ளேயுள்ள நாக்கு, மன நாக்கு, பேசுகிறது. அதற்கப்புறந்தான் வெளி நாக்குப் பேசுகிறது. ஆண்டவனே ஒவ்வொருவருடைய நாக்கும் இயங்க மூலமாக இருக்கிறான். இதையே அப்பர்,

'உள்நின்ற நாவுக்கு உரையாடியாம்" என்று பாடினார்.

உள்ளமே அடி ஏடு

பாட்டுக்களை வெள்ளம் வெள்ளமாகப் பொழிந்த அருணகிரி நாத சுவாமிகள் என்ன சொல்கிறார்? "நானா அவற்றைப் பாடுகிறேன்? எம்பெருமான் முருகனது சிற்றடி என்பா அடி ஏட்டிலும் பட்டது" என்கிறார். பாட்டுக்கு அடி ஏடு எது? மேல் ஏடு எது? மேல் ஏடுதான் வெளியிலுள்ள நாக்கு. அடி ஏடு உள்ளம். உள்ளத்தில் தோன்றியது நாவில் வருகின்றது.

"எம்பெருமான் முருகனது சிற்றடி என் மனத்திலே பட்டது. அதனால் அல்லவா வெள்ளம் வெள்ளமாகப் பாட்டு வருகிறது?" என்கிறார்.

***"உள்ளத்தில் உண்மை ஒளி உண்டாயின்
வாக்கினிலே ஒளி உண் டாகும்"***

எனப் பாரதியார் பாடுகின்றார். உள்ளத்தில் உண்மை ஒளி உண்டாவதற்குக் காரணம் ஆண்டவன் அங்கே வீற்றிருப்பதுதான். ஆண்டவனது அடி அந்த அடி ஏட்டில் பட்டால்தான் ஒளி உண்டாகும். பிறகு அந்த உண்மை ஒளி வாக்கினிலும் உண்டாகும். "கவிதை பிறக்கின்ற என் உள்ளமாகிய அடி ஏட்டில் இறைவனது சிற்றடி பட்டது" எனச் சொல்கிறார் அருணகிரியார். பட்டது என்று செருக் கோடு அவர் பேசவில்லை."பட்டது அல்லவா?" எனக் கேட்கிறார் நயமாக. அவன் கருணையை நினைந்து அப்படிக் கேட்கிறார்.

'நான் கவிதை எழுதுகிற புத்தகத்தின் மேல் ஏடு நாக்கு.அடி ஏடு உள்ளம். அதன்மேல் ஆண்டவன் திருவடி வைத்தான். திருவடி வைத்ததுமே எம்பெருமானின் மணம் பாட்டில் மணந்தது. பாட்டும் வெள்ளமாக வருகிறது. நான் பாடினேன் அல்லேன். எம்பெருமான் பாட வைத்தான். நான் வாக்கினாலே பாட, என் உள்ளத்திலே தன் திருவடியை வைத்தான். அவன் திருவடி பட்ட தனால் மணக்கின்ற அடிநாக்கின் மணந்தான் வெளி நாக்கிலிருந்து வெளிப்படுகிறது" என்று அலங்காரமாகச் சொல்கிறார்.

சுவடுபடாத உள்ளம்

குருக்ஷேத்திரத்தில் என்றோ ஒரு நாள் பாரத யுத்தம் பாண்டவர்களுக்கும் கௌரவர்களுக்கும் நடந்தது என்று எண்ணுகிறோம். ஒவ்வொரு நாளும் நம் உள்ளங்களில் நடந்து கொண்டிருக்கிறது அந்தப் போர். ஒரு கோடி மாயா சக்திகள் நமது உள்ளங்களிலே நித்தம் போராடி அவற்றை எல்லாம் போர்க் களமாக்குகின்றன. போர்க்களத்திலே அர்ச்சுனனுக்குக் கீதை உபதேசம் செய்த கண்ணபிரான் நித்தம் நமது

உள்ளங்களிலேயும் கீதை படிக்கிறான். ஆனால் அந்தக் கீதையைக் கேட்பதற்குச் சக்தி இல்லாமல் இருக்கிறோம். துன்பப்படுகிறோம். எம் பெருமான் நம் உள்ளங்களிலேயே இருக்கிறான். மனச்சாட்சியாக இருக்கிறான். இருந்தும் அவன் அடிச்சுவடு நம் உள்ளங்களிலே விழவில்லை. காரணம் என்ன?

ஒரு திருடன் எப்படி ஓடினான் எனப் போலீஸார் துப்பு விசாரிக்கிறார்கள். அந்த வீட்டிற்கு உள்ளே திருடன் எந்த எந்தப் பக்கம் போயிருப்பான் என்று பார்க்கிறார்கள். கீழே காலடிச் சுவடு எதுவும் இல்லை. தோட்டப் பக்கம் வருகிறார்கள். முதல் நாள் இரவு மழை பெய்ததனால் தோட்டம் ஈரமாக இருக்கிறது. அந்த ஈர மண்ணிலே திருடன் காலடிச் சுவடு படிந்திருக்கிறது. உள்ளே காலடிச் சுவடு இல்லை. அங்கே ஈரமில்லை. ஈரமில்லாத கட்டாந்தரையில் எப்படிக் காலடிச் சுவடுபடும்?

அதுபோல், "நமது உள்ளங்களிலே இறைவன் நடமாடின போதிலும் அவன் காலடிச் சுவடு விழவில்லையே!" என்றால், நம் உள்ளங்கள் காய்ந்த கட்டாந் தரையாக இருக்கின்றன. அவற்றை அன்பு நீரால் நனைந்த தரையாக்கினால் அவன் காலடி தானே விழும். அருணகிரிநாதப் பெருமான் உள்ளம் அன்பினால் நனைந்து ஈரமாக இருப்பது. நாய்கள் நடமாடுகிற உள்ளத்திலே நாய்களின் சுவடு இருக்கும். மனிதன் நடமாடுகிற இடத்திலே மனிதர்களின் சுவடு இருக்கும். முருகப் பெருமான் நடமாடுகிற உள்ளம் உடையவர் அருணகிரியார். ஆகவே, அங்கே முருகப் பெருமானின் சிற்றடி பதிந்திருக்கிறது. காமம், மோகம், மதம், மாச்சரியம் முதலிய அழுக்குகளை வேரோடு களைந்து எடுத்தவர் ஆதலால் எம்பெருமான் அவரது உள்ளத்திலே பல பல சுவடுகள் உண்டாகுமாறு எப்போதும் ஓடி ஆடிக் கொண்டிருக்கிறான். அது எப்படித் தெரியும்? மன ஏட்டிலே அவன் திருவடி படுகின்றது; பாட்டு வெளி வருகின்றது; அவன் வைக்கின்ற ஒவ்வோர் அடியும் ஒவ்வொரு பாட்டாக மலர்கிறது.

நமக்கு அப்படி வராததற்கு நமது உள்ளங்களிலே முருகன் சிற்றடிகள் பதியவில்லை என்பதுதான் காரணம். கோபத்தின் அடிபடுகிறது. அதன் பயனாக நமது நாவில் வசவு கொப்புளிக்கிறது. காமத்தின் அடி பதிகிறது. அதனால் பைத்தியக்காரச் சொற்கள் வருகின்றன.

திரு.வி.க. அவர்கள் வேடிக்கையாக ஒன்று சொல்வார்கள். அரசியல் மேடைகளின் நடக்கும் சொற்பொழிவுகளை எல்லாம் கேட்டு, "நாம் முன்னோர்கள் இயல் தமிழ், இசைத் தமிழ், நாடகத் தமிழ் என்று மூன்று வகைத் தமிழ் இருப்பதாக வரையறை செய்தார்கள். அந்த மூன்றுக்கும் மேல் நான்காவதாக 'வசைத்தமிழ்' என்ற ஒன்று இப்பொழுது வளர்ந்து வருகிறதே" என்று சொல்வார்கள்.

இனிமையான தூய சொற்கள் நம் வாக்கிலிருந்து வர வேண்டுமானால் நம் உள்ளங்கள் தூயனவாக இருக்க வேண்டும். நாம் பேசுகிற பேச்சு நமது உள்ளங்களின் நினைவையே எடுத்துக் காட்டுகிறது. உள்ளம் நன்றாக இருந்தால் தவறான பேச்சைச் சொல்ல வேண்டுமென்றாலும் வராது.

ஒரு பெரியவர் இருந்தார். அவர் தூய உள்ளம் உடையவர். அவருக்கு வசவே வராது. ஒரு வெள்ளைக்காரன் அவர்மேல் கோபம் கொண்டு கண்டபடி அவரை ஆங்கிலத்தில் வைதான்.

அது அவருக்கு விளங்கவில்லை. ஆனால் நம்மை வைகிறான் என்பதை மாத்திரம் உணர்ந்தார். திரும்ப வைய ஆரம்பித்தால் தான் அவன் போவான் எனவும் எண்ணினார். ஆனால் எப்படி வைவது? அவருக்கு வசைத்தமிழ் தெரியாது. "வாழைக்காய், வெண்டைக்காய், பாகற்காய், கத்திரிக்காய்" என்று காய்களின் பெயராகவே அடுக்கிக் கொண்டு போனார். அப்படிச் சொல்லும் போது வார்த்தைகளைக் கடுமையாகச் சொன்னார். அந்தத் தொனியைக் கேட்டு அவர் தன்னை வைகிறார் என எண்ணி அந்த வெள்ளைக்காரன் போய்விட்டான். வைய

வேண்டுமென்றாலும் கனிந்த உள்ளங்களிலே வசவு தோன்றுவதில்லை.

ஈர உள்ளம்

அன்பு நீரினால் நனைந்து ஈரமாகிய உள்ளங்களில் ஆண்டவனது சிற்றடிகள் பதிகின்றன. "என்னுடைய உள்ளத்தில் ஆண்டவனுடைய சிற்றடிகள் பதிந்தன" என்று அருணகிரியார் அகங்காரத்தோடு சொல்லவில்லை. 'மயில்மேல் பட்ட பாதம், தேவர் தலையில் பட்ட மலரடி இந்த ஏழையின் ஏட்டிலும் பட்டது' என்று பணிவாகவே சொல்கிறார். அகங்காரம் அறவே அற்றுப்போன உள்ளங்களில்தானே அவன் சிற்றடி படுகின்றது? இருதயத்திலே பதிந்து அவன் திருப்பாதம் மணக்கிறது. இருதயத்திலிருந்து வெளிப்படும் பாட்டிலும் அந்த அடியின் மணம் வீசுகிறது.

"முருகன் அடி என் பாவின் அடி ஏட்டிலே பட்டது" என்று தம் அநுபவத்தையும் நன்றியறிவையும் சொல்ல வந்தவர், இறைவன் செய்த அந்த உபகாரத்தின் பெருமையை எடுத்துக் காட்ட அந்தச் சிற்றடி செய்த பிற செயல்களையும் உடன் கூறினார்.

**தாவடி ஓட்டும் மயிலிலும்
தேவர் தலையிலும்என்
பாஅடி ஏட்டிலும் பட்டதன்
றோ,படி மாவலிபால்
மூவடி கேட்டு அன்று மூதண்ட
கூட முகடுமுட்டச்
சேவடி நீட்டும் பெருமான்
மருகன்தன் சிற்றடியே?**

[தாவிப் பாய்ச்சலாக ஓடச் செய்யும் மயிலின் மேலும், தேவர்களின் தலையின் மேலும், என்னுடைய பாக்கள் எழுதிய சுவடியின் அடி ஏட்டிலும் பட்டது அல்லவா, அன்று மாவலியினிடம் மூன்று அடி மண் கேட்டுப் பழைய அண்ட

கூடத்தின் உச்சி முட்டும்படியாகத் தன் சிவந்த அடியை நீட்டும் பெருமானாகிய திருமாலின் மருகனுடைய சிற்றடி?

தாவடி ஓடுதல் - தாவிச் செல்லுதல். வீரர்கள் நடப்பதைத் தாவடி செல்லுதல் என்பர். பா எழுதிய அடி ஏடு. படி-பூமி முது அண்ட கூடம். முட்டை போன்ற வடிவை உடைமையால் பிரபஞ்சத்துக்கு அண்டம் என்ற பெயர் வந்தது. முகடு - உச்சி. சிற்றடி பட்டதன்றோ?]

இருந்தபடி இருங்கள்

சொல்லும் வகை

கந்தர் அலங்காரத்தில் அருணகிரியார் வெவ்வேறு வகையாகக் கருத்துக்களை எடுத்துச் சொல்கிறார். முதல் பாட்டிலே வந்தது போல்,

"பேற்றைத் தவம்சற்றும் இல்லாத
என்னைப் பிரபஞ்சம் என்னும்
சேற்றைக் கழிய வழிவிட்டவா!"

என்று தம்முடைய சொந்த அநுபவ நிலையில் நின்று சொல்கிறது ஒரு வகை. முருகனைச் சார்ந்திருக்கிற வேல், சேவல், மயில், கிண்கிணி இவற்றின் ஆற்றலை உணர்த்துவதன் வாயிலாக அவன் பெருமையை உணரவைப்பது ஒரு வகை.

"அழித்துப் பிறக்கொஒட்டா அயில் வேலன் கவியை அன்பால்
எழுத்துப் பிழையறக் கற்கின்றி லீர்"

என்பது போல நாம் செய்யாத காரியத்தைச் சொல்வது மற்றொரு வகை.

இப்பொழுது வேறு ஒரு வகையாகப் பாடுகிறார். இன்னது செய்ய வேண்டும் என்பதைச் சொல்ல வருகிறார். மற்றவர் களுக்கு அறிவுரை கூற வருகிறவர்கள், தாம் உயர்ந்த நிலையில் இருந்தால்தான் அப்படிச் செய்யலாம். உயர்ந்த நிலையில் இருக்கிறவர்களிலும் இரண்டு வகையினர் உண்டு. தாங்கள் உயர்ந்த நிலையில் இருப்பதாக எண்ணிக் கொண்டு, மற்றவர்கள் கீழான நிலையில் இருப்பதுபோல் எண்ணி,

உபதேசம் செய்ய வருவார்கள் சிலர். தாங்கள் உயர்ந்த நிலையில் இருக்கிறோம் என்பதை நினைக்காதவர்கள் சிலர். அவர்கள் பின்னும் உயர்ந்த நிலைக்கு ஏறிவிடுகிறார்கள். செருக்கு எந்த நிலையிலும் வந்து விடும். செருக்குக் கூடாதென்று பிறருக்குச் சொல்லச் சொல்ல அந்த அறிவைப் பிடித்துக் கொண்டே செருக்கு வந்துவிடும். அதனால் ஏமாந்து போகாமல் உயர்ந்த நிலையப் பெற்றவர் தாம் உயர்ந்த நிலையில் இருப்பதை மறந்து விட வேண்டும். தாம் பெற்ற பேற்றாலே உயர்ந்த நிலை ஒன்று; அதனை மறந்து விடுவதனாலே மேலும் உயர்ந்த நிலை ஒன்று; ஆக இரண்டு உயர்வு அப்போது கிடைக்கும்.

ஆணவம் இல்லாத உரை

பிறருக்கு உபதேசம் செய்ய வருகின்ற அருணகிரிநாதப் பெருமான், "நான் இந்த அதிகாரம் உடையவன்" என்று நினைத்துச் சொல்லவில்லை. "நானா பாடுகிறேன்? எம் பெருமான் திருவடி பட்டதனால் அல்லவா இந்தப் பாட்டு வருகிறது?" எனச் சொல்வதன் மூலம் செருக்கைத் தொலைத்துக் கொண்டு, பிறகு உபதேசம் செய்கிறார். அவர் செய்யும் உபதேசம் நம்மிடத்தில் உள்ள பரிவினால் வருவது. பல பக்தர்கள் தவித்துக் கொண்டிருப்பதைப் பார்த்து, அவர்களுக்கும் வழி காட்டி அழைத்துப் போக எண்ணிப் பின்னே திரும்பி வந்து, அழைத்துப் போகும் ஒருவரைப் போல அவர் பேசுகின்றார். அவரது உள்ளத்தில் அன்பும், பரிவும் இருக்கின்றன.ஆணவம் இல்லை.

வழி உண்டா?

அவரிடம் ஒருவர் கேட்கிறார். "நான் ஆண்டவனது திருவருளைப் பெற வேண்டும். எனக்குச் சாஸ்திரம் எதுவும் தெரியாது. யோகம் பண்ணத் தெரியாது. ஞான விசாரம் செய்யும் ஆற்றல் இல்லை. நான் இங்கு வாழ்ந்து கொண்டுதான் இருக்க வேண்டும். வாழும் போதே இறைவன் திருவருள் எனக்குக் கிடைக்க வேண்டும். அதற்கு ஏதாவது

வழி உண்டா?" என்று கேட்கிறார் ஒரு பக்தர்; பக்தர் என்பதைவிட ஆசை உடையவர் என்று சொல்லலாம்.

இறைவன் திருவருள் வேண்டுமென்ற ஆசை உடையவரானாலும் அதற்கு ஏற்ற வகையில் உழைக்கும் ஆற்றல் அவருக்கு இல்லை. மனைவி மக்களிடையே வாழவேண்டும். சாதாரணமாகத் தினமும் சாப்பிடுவதையே சாப்பிட வேண்டும். எந்த எந்தக் காரியங்களைச் செய்து வருகிறோமோ அந்த அந்தக் காரியங்களைச் செய்து கொண்டே இருக்க வேண்டும். அப்படி இருக்கும் போதே இறைவன் திருவருள் வந்து வாய்க்குமா?

இந்தக் கேள்வியைக் கேட்டவர் நம்முடைய பிரதிநிதியாகவே இருக்க வேண்டும். ஏனென்றால் நாமும் அப்படித்தான் கேட்போம். தினந்தோறும் உண்ணுகின்ற உணவில், அணிகின்ற ஆடையில், நுகர்கின்ற உலகியல் இன்பத்தில் சிறிதும் குறைவுபடாமல் இருக்கும்போதே, இறைவன் திருவருள் கிடைக்க வேண்டுமென்ற ஆசை உலகத்திலுள்ள எல்லா மக்களிடத்திலும் இருக்கிறது. தவநெறியில் செல்ல வேண்டுமானால் இப்பொழுது நுகரும் இன்பங்களைக் கைவிட வேண்டும். இறைவனது திருவருள் பெற்று விட்டால் அழிவே இல்லாத, எல்லையே இல்லாத பேரின்பம் சித்திக்கும் என்று சொல்லுகிறார்கள். அது கிடைக்கிறது என்பது என்ன நிச்சயம்? இப்பொழுது நாம் அடைகின்ற உலக இன்பம் கையின் மேல் இருக்கிறது. பேரின்பம் கிடைப்பது உண்மையாக இருந்தால் கையில் கிடைப்பதை விட்டு விடலாம். அது கிடைப்பது உண்மையோ, பொய்யோ நமக்குத் தெரியாது. "இப்பொழுது கிடைப்பதை விட்டுவிடாமல் இதையும் அனுபவித்துக் கொண்டே இருக்கிறோம்; அந்தப் பேரின்பம் உண்மையானால் அதைப் பெறவும் ஆயத்தமாகய் இருக்கிறோம். இந்த இன்பத்தைச் சிறிதளவும் விடாமல், அதைப் பெறுவதற்கு வழி ஏதேனும் உண்டா?" இதுதான் நம் கேள்வி.

இப்படிக் கேட்பவர் கூட்டத்தைப் பார்த்து ஒருவர், "உனக்கும் வழி உண்டு" என்று சொன்னால், அவரை விடக் கருணை உடையவர் யாராவது இருக்க முடியுமா? "நீ பட்டினி கிடக்க வேண்டாம். சாஸ்திரங்கள் படித்திருக்க வேண்டாம். தலங்களுக்கு யாத்திரை செய்திருக்க வேண்டாம். தத்துவ விசாரம் செய்திருக்க வேண்டாம். அவற்றில் ஒன்றும் இல்லையே என்ற கவலை வேண்டாம். கொஞ்ச நேரமாவது மௌனமாக இருக்க எனக்குத் தெரியாதே என்று கூடக் கவலைப்பட வேண்டியதில்லை. நீ இப்பொழுது இருக்கிறபடியே இரு. இறைவன் அருள் தானே உனக்கு வந்து வெளிப்படும்" என்று அருணகிரியார் சொல்கிறார்.

கோன் அருள்வந்து தானே உமக்கு வெளிப்படுமே.

"ஆண்டவனுடைய திருவருள் எங்கே, எப்படிக் கிடைக்கும் என்று அதை நீங்களே தேடிச் செல்ல வேண்டாம். நீங்கள் எப்படி இருக்கிறீர்களோ அப்படியே இருங்கள். தானாக அவன் அருள் வந்து கிடைக்கும்" என்று அவர் சொல்கிறார்.

"இது மிகவும் நல்ல உபதேசமாக இருக்கிறதே! இன்றைக்கு நாம் செய்து கொண்டிருக்கிற காரியங்களை எல்லாம் இப்படியே செய்து கொண்டு, இருந்தபடி இருந்தால் போதுமே! இவர் சொல்கிறபடி அருள் தானாக வந்து வெளிப்பட்டுவிட்டால் மிகவும் நன்று" எனப் பலர் நினைக்கலாம்.

அருணகிரிநாதர், "இருந்தபடி இருங்கள்" என்று மாத்திரம் சொல்லி இருந்தால் எல்லா மக்களும் அந்த இன்பத்தை அடைய முடியும். ஆனால் அதற்கு முன்னாலே சில சாதனங்களைச் சொல்கிறார்.

தடுங்கோள் மனத்தை; விடுங்கோள்
வெகுளியைத் தானம்என்றும்
இடுங்கோள்.

அறம் செய்ய விரும்புதல்

குழந்தைகளுக்கு உபதேசம் செய்கிறாள் ஔவைப் பாட்டி. அகர வரிசையில் அவள் சொல்ல ஆரம்பித்து முதலில், "அறஞ் செய விரும்பு" என்கிறாள். அதற்கு அடுத்தபடி "ஆறுவது சினம்" என்று போதிக்கிறாள். இவை இரண்டும் மனித வாழ்க்கைக்குப் பயன்படுகிற காரியங்கள். சாஸ்திரங்கள் எல்லாம் மனிதனுக்கு எந்தத் தர்மத்தைச் சொல்கின்றனவோ அதைக் குழந்தைகளுக்குச் சொல்கிறாள் ஔவை. காரணம் என்ன? 'தொட்டில் பழக்கம் சுடுகாடு மட்டும்' ஆதலால் குழந்தை உள்ளத்திலேயே அந்த வித்தைப் புதைத்துவிட்டால் பிறகு அது நன்கு வளர்ந்து படரும். தலை நரைத்த பிறகு, 'ஆண்டவன் நாமத்தைச் சொல்; அறத்தைச் செய்' என்று சொன்னால் வராது. ஆகவே வேத சாஸ்திரங்களின் பரம தாத்பர்யம் எதுவோ அதைச் சின்னஞ்சிறு குழந்தைகளுக்கு அகர வரிசைப் பாட்டிலே ஔவை சொல்கிறாள்.

வாழ்க்கையில் மனிதர்கள் பெற வேண்டியவை அறம், பொருள், இன்பம், வீடு ஆகிய நான்கும் ஆகும். இவற்றையே தர்மார்த்த காம மோட்சம் என்கிறார்கள். இந்த நான்கையும் குழந்தைக்குப் பாட்டி சொல்கிறாள். "அறஞ்செய விரும்பு" என்று தர்மத்தைச் சொன்னாள். பிறகு "பொருள்தனைப் போற்றி வாழ்" என்று பொருளைச் சொன்னாள். "மெல்லியலார் தோள் சேர்" என்று இன்பத்தைச் சொன்னாள். "வீடு பெற நில்" என்று வீட்டு நெறியையும் சொல்லிவிட்டாள்.

இந்த வகையில்தான் முருகப் பெருமானின் அருள் தானே வந்து நமக்கு வெளிப்பட வேண்டுமாயின், அதற்கான சாதனங்கள் இன்னவென்று சொல்ல வருகிறார் அருணகிரியார். அறத்தைச் சொல்ல வருகிறார். பக்தி என்பது அறத்திலிருந்து வேறுபட்டது அல்ல. தர்மம் இல்லாத பக்தி பக்தி அன்று.தர்மம் இல்லாதது தவமும் அல்ல. அரக்கர் செய்த தவம் அறநினைவு இல்லாத தவம். தவம் முதலியன விசேஷ தர்மங்கள். அன்பு, ஜீவதயை என்பன சாமான்ய தர்மங்கள்.

அடிப்படையான அறம் சாமான்ய தர்மம் - இல்லாமல் சிறப்பான அறம் - விசேஷ தர்மம் பயன் தராது. அஸ்திவாரம் இல்லாத கட்டிடம் நிற்குமா? உயர்ந்த தர்மங்களை எல்லாம் செய்யப் போகின்ற ஒருவன் மிகவும் அடிப்படையான தர்மமாகிய அன்பு பாலிப்பதை விட்டு விடலாமா?

சூரபன்மன் தவம் செய்தான்; அறிவை வளர்த்தான்; அன்பு இல்லாமல் அறிவு வளர்ந்து கொண்டே போகும் போது என்ன ஆகிறது? அணுக்குண்டு பிறக்கிறது. அன்பு, கருணை, இரக்கம் ஆகிய அடிப்படைக் குணங்கள் இல்லாமல் வளர்ந்து கொண்டே போன அறிவினால் அவன் தன்னைவிட உயர்ந்தவர்கள் இல்லை என்று எண்ணி உலகிலுள்ள எல்லா உயிர்களுக்கும் துன்பத்தைத் தருகின்ற ஆற்றல் படைத்தான். தர்மம், அன்பு ஆகியவை அவனது தவத்திற்கு ஆதார பீடமாக அமைந்திருந்தால் அவன் அறிவு நன்மையை உண்டாக்கியிருக்கும்.

இறைவன் திருவருள் கிடைக்க வேண்டுமானால் அறத்தோடு இணைந்த தவம் செய்ய வேண்டும். அருளுக்கு ஆதார பீடமாக அறத்தை வைத்திருக்கிறார்கள். இறைவனோடு ஒன்றுபட்டு வேறு அல்லாமல் இருக்கிற அருட்சக்தியாகிய அம்பிகைக்குத் தர்மசம்வர்த்தினி என்று பெயர்; அறப் பெருஞ் செல்வி என்பார்கள்; அறம் சிறிதும் இல்லாவிட்டால் அருளைப் பெறுவதற்கு மனிதன் எந்த வகையான முயற்சி செய்தாலும் கிடைக்காது.

அறமும் மனமும்

எல்லாவற்றிற்கும் அடிப்படையாக நிற்பது அறம். அந்த அறம் உள்ளத்திலே முதலில் தோன்ற வேண்டும். அதனால் பாட்டி குழந்தையைப் பார்த்து, "அறஞ்செய்" என்று சொல்லாமல், "அறம் செய விரும்பு" என்றாள். பள்ளிக்கூடத்தை விட்டு வெளியே வருகிற குழந்தை தன் பையிலுள்ள காலணாவை ஒரு குருட்டுப் பிச்சைக்காரனுக்குப் போடுகிறது. மிக்க செல்வம் உடைய ஒருவன் லட்ச ரூபாயைத் தர்மத்திற்காக

எழுதி வைக்கிறான். அது காலணா, இது லட்ச ரூபாய் என்ற வேறுபாடு இருந்தாலும் அந்தச் செயலுக்கு மூலகாரணமாக இருப்பது அவர்கள் அற நினைவு. அந்த நினைவு மனத்திலே தோன்ற வேண்டும். அறத்தில் விருப்பம் மனத்திலே தொடங்கினால் அது வாய்ப்பு நேரும்போது செயலாக வரும். மனத்தில் இல்லாமல் புறத்தில் இருந்தால் அது கணத்திலே மடிந்து விடும். நம் வீட்டிலுள்ள ரோஜாச் செடி பூக்கவில்லை. பக்கத்து வீட்டு ரோஜாச் செடி நிறையப் பூத்துக் குலுங்குகிறது. அந்தப் பூவிலே சிலவற்றைப் பறித்துக் கொண்டு வந்து, இந்தச் செடியில் ஒட்ட வைத்தால் என்ன ஆகும்? சில நிமிஷத்திற்கு அப்பால் அவை வாடிவிடும். அந்த மலருக்குச் செடியோடு ஒட்டுதல் இல்லை. செடி ரோஜாச் செடித்தான்.பூ ரோஜாப் பூத்தான். ஆனால் அந்தச் செடியில் பூத்த ரோஜாப் பூ அல்ல."யார் யாரோ தர்மம் செய்து புகழ் அடைகிறார்களே; நாமும் புகழ் வாங்க வேண்டும்" என்று எண்ணிச் செய்கிற தர்மம் உள்ளத்திலே தோன்றாமல் புறத்தில் மாத்திரம் இருக்கிறது. செடியில் பூக்காத பூவை அதனுடன் ஒட்டி வைத்தாற்போல அமைவது அது. அதனால்தான் வள்ளுவர்,

"மனத்துக்கண் மாசில னாதல் அனைத்தறன்;
ஆகுல நீர பிற"

என்று சொன்னார். மனிதன் குற்றம் அற்ற உள்ளம் உடையவனாக இருந்தால் அதற்கு ஏற்றபடி அவன் செய்யும் அறம் சிறப்படை யும் என்கிறார். பலர் உள்ளத்தில் அன்பு உணர்ச்சி இல்லாமல் செய்யும் காரியங்கள் அறச் செயல்கள் அல்ல; தம்மை விளம்பரப் படுத்திக் கொள்ளும் செயல்களாம்.

மனத்தைத் தடுத்தல்

தர்மம் செய்வது முக்கியம். ஆனால் தர்மம் செய்வது புறத்தில் இருந்தால் போதாது. மனத்திலிருந்து அந்த அற நினைவு உண்டாக வேண்டும். அறமல்லாத வகையிலே புகும் மனத்தை அறத்திலே செலுத்த வேண்டும். மனம் தூய்மை உடையதாக, அன்பு உடையதாக இருந்தால், அங்கே

உண்டாகின்ற எண்ணங்கள் உண்மையான செயலாக மாறும். அந்தச் செயல் நிரந்தரமாகவும் நீடிக்கும். அதை அருணகிரிநாதர் தெரிந்து கொண்டார். "நீ இருந்த படி இரு. கை காலை ஆட்ட வேண்டாம். ஆனால் ஒரு காரியம் மாத்திரம் செய். கடிவாளம் எதுவும் இல்லாமல் தலைதெறிக்க ஓடிக் கொண்டிருக்கிறது மனம். அதன் ஓட்டத்தை நிறுத்த வேண்டாம்; ஓடும்போது லகானை மாத்திரம் இழுத்துப் பிடி" என்கிறார்.

தடுங்கோள் மனத்தை.

அவர், "மனத்தை ஓடாமல் செய்யுங்கள்" என்று சொல்லலாம். "மனத்தை அடியோடு அழித்துவிடுங்கள்" என்றும் சொல்லலாம். அப்படிச் சொல்லவில்லை.

மனத்தை அடக்கிப் பக்குவமாக்குகிற பெரியவர்கள் மூன்று வகையான காரியங்களைச் செய்து கொண்டிருக்கிறார்கள். ஒன்று மனத்தைத் தடுப்பது. மற்றொன்று மனத்தை நிறுத்துவது. மூன்றாவது மனத்தை அழிப்பது. மனத்தைத் தடுப்பது என்பது, போகும் வழியை மாற்றுவது; மடை மாற்றுவது. ஓட்டத்தை நிறுத்துவது அல்ல. மனத்தை நிறுத்துவது என்றால் ஒரு குறிப்பிட்ட இடத்தில் அசையாமல் நிற்கச் செய்வது. அப்புறம், நின்ற மனத்தை இறந்து போகும்படி செய்யும் நிலை ஒன்று. அவ்வாறு மனம் அற்ற பரிசுத்த நிலையே ஜீவன் முத்தி நிலை. இந்த நிலை எப்படி வரும்? தன் இச்சைப்படி ஓடுகின்ற மனத்தை மடைமாற்றி ஓடச் செய்து, பின்னர் ஒரு குறிப்பிட்ட இடத்தில் நிற்கச் செய்து பழகப் பழகக் கடைசியில் வரும். "இப்பொழுது மனம் உன்னைத் தடுத்துக் கொண்டிருக்கிறது. "இனி நீ மனத்தைத் தடு" என்று அருணகிரியார் ஆரம்பிக்கிறார். 'உன் மனக் குதிரையின் கடிவாளத்தை வேறு யார் யாரோ பிடித்துக் கொண்டு ஓட்டுகிறார்கள். அதை மாற்றி நீ பிடித்துக் கொள். பாய்ந்தோடுகிற மனத்தை நிறுத்த வேண்டாம்; மடை மாற்றி விடு" என்கிறார்.

தடுங்கோள் மனத்தை.

மணிவாசகர் அநுபவம்

மாணிக்கவாசகப் பெருமான் தம்முடைய சொந்த அநுபவம் ஒன்றை இப்படித்தான் மிக அழகாகச் சொல்கிறார். 'ஆண்டவனே, நான் உன்னை அடைவதற்கு எந்தக் காரியத்தையும் செய்ய வில்லையே! நான் இருந்தபடி இருந்தேன். என் இந்திரியங்களை நிக்கிரகம் செய்தேனா? இல்லையே! கண்ணால் பார்த்துக் கொண்டு தான் இருந்தேன். காதால் கேட்டுக் கொண்டு தான் இருந்தேன். அப்படி இருக்கும்போது என்னை நீ ஆட் கொண்டோயே! அது என்ன ஆச்சரியம்?" என்று வியப்பெய்திப் பேசுகின்றார். ஆண்டவன் அவரை எப்படி ஆட்கொண்டான்? அவரே சொல்கிறார்: "ஆண்டவனே, நான் பல பல பொருள்களைப் பற்றிச் சிந்தித்துக் கொண்டே இருந்தேன். அந்தச் சிந்தனையை அடைக்கவில்லை. ஆனால் அதை உன் பக்கம் திருப்பிவிட்டேன்; நீ திரும்பும்படி அருள் செய்தாய். என் கண்கள் ஏதேதோ பார்த்துக் கொண்டே இருந்தன. அந்தப் பார்வையை நான் நிறுத்தவில்லை, அதை உன் பக்கம் திருப்பிவிட்டாய். வாய் எதை எதைப் பற்றியோ பேசிக் கொண்டே இருந்தது. அந்த வாயை அடைக்கவில்லை. ஆனால் உன்னைப் பற்றிப் பேசிக் கொண்டே இருக்கும்படியாகச் செய்தாய். ஆகவே நான் முன்பு எப்படி சிந்தித்துப் பார்த்துக் கேட்டுப் பேசிக்கொண்டு இருந்தேனோ, அப்படியேதான் இருந்து கொண்டிருந்தேன்.ஆனால் அவை முன் போய்க் கொண்டிருந்த பாதையைத் திருப்பி, உன் பக்கமாகப் போய்க் கொண்டே இருக்கும்படி செய்தேன்; மடை மாற்றிவிட்டேன். அவ்வளவுதான்" என்றார்.

ஓர் ஓட்டைக் குடம் இருக்கிறது. அந்த ஓட்டைக் குடத்தில் தண்ணீரை எவ்வளவு தடவை நிரப்பி வைத்தாலும் தண்ணீர் அந்தத் துவாரத்தின் வழியாக ஒழுகிப் போய்விடுகிறது. அந்த ஓட்டைக் குடத்தில் அமுதத்தை நிரப்ப வேண்டும். தண்ணீர் விட்டாலே ஒழுகிப்போய்விடுகிற ஓட்டைக் குடத்தில்

அமுதத்தை விட்டால் ஒழுகிப் போகாமல் இருக்குமா? அமுதக் கடலாக இருக்கிற இறைவனிடத்திலிருந்து அமுதத்தை அகப்பையினால் எடுத்துக் குடத்திற்குள் விட்டால் ஒழுகிப் போகும். ஆகவே மாணிக்கவாசகர் என்ன செய்தார்? அந்தக் குடத்தையே அமுதக் கடலுக்குள் போட்டு விட்டார். எந்தத் துவாரத்தின் வழியே அமுதம் ஒழுகிப் போய்விடும் என்று அஞ்சினாரோ, அந்தத் துவாரத்தின் வழியே அமுதம் உள்ளே புகுந்து குடத்தை நிரப்பிற்று. முன்னே இருந்த துவாரம் அடைபட்டு விடவில்லை. ஆனால் அமுதம் அதன் வழியாகவே குடத்திற்குள் நிரம்பிவிட்டது. குடமும் அமுதக் கடலுக்குள்ளேயே கிடக்கிறது. ஓட்டைகளை அடைக்காமல் குடம் நிரம்பிவிட்டது எவ்வளவு வியப்பு!

"சிந்தனைநின் தனக்காக்கி நாயி னேன்தன்
கண்இணைநின் திருப்பாதப் போதுக்கு ஆக்கி
வந்தனையும் அம்மலர்க்கே ஆக்கி வாக்குடன்
மணிவார்த்தைக்கு ஆக்கிஐம் புலன்கள் ஆர
வந்தனைஆட் கொண்டுள்ளே புகுந்த விச்சை
மால்அமுதப் பெருங்கடலே! மலையே! நின்னைத்
தந்தனை; செந் தாமரைக்காடு அனைய மேனித்
தனிச்சுடரே! இரண்டுமில்இத் தனியே னேற்கே!"

என்பது திருவாசகம்.

"இதைப் போல நீங்கள் செய்ய வேண்டும்" என்கிறார் அருண கிரிநாதர். தன் இச்சைப்படி ஓடுகின்ற மனத்தை நிறுத்த முடியாது. அது ஓடுகின்ற வேகத்திற்கு அங்கங்கே முட்டுக் கட்டை போட்டு, மடை மாற்றிவிட வேண்டும். ஓடுகின்ற மனத்தை அங்கங்கே தடுக்க வேண்டும். தடுப்பதாவது அதன் போக்கைத் திருப்பி ஓடவிடுவது.

வெகுளியை விடுதல்

இதனால் என்ன ஆகும்? அப்போதைக்கு மனம் கொஞ்சம் வசப்பட்டது போலாகும். ஆனால் தன் இச்சைப்படி போக

முடியாத காரணத்தினால் கோபம் உண்டாகும். நம்மை நாமே கோபித்துக் கொள்வோம். மற்றவர்களை அடித்துப் பழகின கை, அடிக்க ஆள் அகப்படாவிட்டால் தன்னையே அடித்துக் கொள்ளும். வெறிபிடித்த நாய், கடிப்பதற்கு வேறு எதுவும் அகப்படாவிட்டால் தன்னைத் தானே கடித்துக் கொள்ளும். அது இயற்கை. பொறி களின் செய்கை தடுக்கப்படவில்லை என்றாலும், மடை மாற்றப் பட்டுவிட்டதல்லவா? அதனால் உள்ளே கோபம் கொந்தளிக்கும். "அந்தக் கோபத்தை அழி" என்கிறார் அருணகிரியார்.

விடுங்கோள் வெகுளியை.

எத்தனையோ சொல்வதற்கு இருக்க, அருணகிரியார் கோபத்தை விடுங்கள் என்று சொன்னாரே என்றால், அதற்குக் காரணம் இருக்கிறது.

எல்லாவற்றையும் பற்றிக் கொள்ள வேண்டுமென்ற எண்ணம் மனத்திற்கு உண்டு. இப்படிப் பற்றிக் கொள்ள நினைப்பதைத் தான் காமம் என்பர்.

"காமம் வெகுளி மயக்கம் இவைமூன்றன்
நாமம் கெடக்கெடும் நோய்"

என்று திருவள்ளுவர் பேசுகின்றார். மனிதர்களுக்குத் துன்பம் ஏற்படுவதற்கு முக்கிய காரணங்களுள் ஒன்று அவா. மற்றொன்று வெகுளி. அடுத்ததாக இருப்பது,ஒன்றை ஒன்றாக நினைக்கின்ற மயக்கம். முதலில் இருக்கின்ற அசுரன் அவா என்கிற காமம். மனம் ஒன்றை விட்டு ஒன்றைப் பற்றுவதுதான் ஆசை அல்லது அவா. மனத்தை நிறுத்த வேண்டுமானால் காமத்தை நிறுத்த வேண்டும். மனத்தின் சஞ்சாரம் அவாவின் வெளியீடு. அவா என்பதுதான் எல்லாப் பிறப்புக்கும் மூல வித்து. நமக்கு உபதேசம் செய்ய வருகின்ற அருணகிரியார் பிறப்புக்கு மூலமாக இருக் கின்ற பொருளைக் கெடு என்று மறைமுகமாகப் பாடுகிறார். அவர் காமம் இல்லாமல் இரு என்று சொன்னால் பயமாக இருக்கும்.

நமக்கு விளங்காது. காமத்தை அடக்கு என்று சொல்வதும், மனத்தைத் தடு என்று சொல்வதும் ஒன்றுதான்.

அடுத்தபடி, ஆசையினால் கோபம் உண்டாகிறது. காமம், வெகுளி இரண்டும் ஒழிய வேண்டும். முதலில் அதை அப்படியே சொல்லாமல், "தடுங்கோள் மனத்தை" என்றும், "விடுங்கோள் வெகுளியை" என்றும் சொன்னார். "ஆறுவது சினம்" என்று ஔவையும் சொன்னாள்.

பற்று நீங்க வழி

கோபத்தை அடக்கிவிட்டோம். எல்லாத் துன்பத்திற்கும் காரணமாய் இருக்கிற பற்றை எப்படி ஒழிப்பது? அதைப் போக்குவதற்கு வழி உண்டு. அது தானம். பத்து ரூபாய் நம் கணக்கில் கூடிவிட்டது என்றால் அந்தப் பத்து ரூபாயைச் செலவிட்டு விட்டால் முன்பு இருந்த நிலை வந்துவிடுகிறது. அதே போலப் பல பல பொருள்களிடத்தில் பற்றுக் கொண்டுள்ள மனத்திடம் பற்றை விட்டுவிடு என்று சொன்னால் பயன் இல்லை. தேடின பொருள்களிடத்தில் பற்று இருப்பது போல, அந்தப் பொருள்களைப் பிறருக்குக் கொடுப்பதிலும் விருப்பம் வைக்க வேண்டும். பல பல பொருள்களை ஈட்டிப் பற்று வளர்கிறது; அவற்றை உவகையோடு பிறருக்குக் கொடுப்பதன் மூலம் அந்தப் பற்றுக் குறைந்து விடுகிறது. ஒரு குழந்தை காகிதத்தை நிறையக் கிழிக்கிறது. அதைக் கிழிக்காதே என்று சொல்வதில் பயன் இல்லை. அப்போதைக்குப் பயந்து கொண்டு நம் முன் சும்மா இருந்தாலும் நாம் இல்லாதபோது அது எல்லாப் புத்தகங்களையும் கிழித்து விடும். ஆகவே நாம் என்ன சொல்ல வேண்டும்? "கிழித்துப் போட்டவைகளைப் பொறுக்கிக் கொண்டு போய்க் குப்பைத் தொட்டியில் போடு" என்று சொல்ல வேண்டும். குழந்தைக்குக் கிழிப்பது முதல் விளையாட்டு; கிழித்ததை வெளியில் கொண்டு போய்ப் போடுவது இரண்டாவது விளையாட்டாக அமைகிறது. அதனால் அறை முன்பு இருந்தது போலவே சுத்தமாக இருக்கும்.

பலபல பொருள்களை ஈட்டுவதன் மூலம் மனம் அழுக்கடைகிறது. ஈட்டிய பொருளைப் பிறருக்குத் தானம் செய்வதன் மூலம் அது மறுபடியும் சுத்தம் அடைந்துவிடுகிறது. பல காலமாகப் பொருளை ஈட்டி ஈட்டிப் பழக்கப்பட்ட மனத்தை மாற்ற வேண்டு மானால், அதற்கு மாற்று மருந்தாக இருப்பது அறநினைவு; தியாகம் செய்யும் உணர்ச்சி பிறருக்குக் கொடுக்கும் செயல். ஆகவே அருணகிரியார்,

தானம் என்றும் இடுங்கோள்

என்று உபதேசிக்கிறார்.

தான வகை

"எவற்றைத் தானம் பண்ண வேண்டும்?" என்று கேட்கலாம். தானம் என்பது அணா பைசாவைக் கொடுப்பது மாத்திரம் அன்று. நல்லது நினைப்பதே தானம். நல்ல வாக்குச் சொல்வதே தானம். இந்தக் காலத்தில் எத்தனை பேர் வாக்குத் தானம் செய்கிறார்கள்! "பாவம்! இந்தப் பிள்ளை ஏழை; உங்கள் பள்ளியில் சேர்த்துக் கொள்ளுங்கள்" என்று ஒருவர் சிபாரிசு செய்கிறார். அதனால் அந்தக் குழந்தை பள்ளியில் சேர்ந்து, படித்து ஐ.ஏ.எஸ். பரீட்சையில் தேர்ச்சி பெறுவதற்குரிய அடிப்படையான உபகாரத்தைச் செய்யவில்லையா அவர்? உண்மையான தூய நினைப்பினால் பலர் பிறருக்குத் தானம் செய்கிறார்கள். தாய் போடுகின்ற சாப்பாடு இந்த உயர்ந்த நிலையைச் சேர்ந்தது. குழந்தை வளர வேண்டுமென்று அவள் நினைக்கிறாள். அந்த நினைப்போடு வெறும் மோர் சாதத்தைத் தான் பிசைந்து குழந்தைக்குப் போடுகிறாள். இருந்தாலும் அவளது தூய அன்பு நினைப்பினாலே அந்தக் குழந்தை வளருகிறது. சமுத்திர அலைகளைக் காட்டிலும், நாம் பார்க்கிற காற்று அலைகளைக் காட்டிலும், நாம் கேட்கிற ஒலி அலைகளைக் காட்டிலும், எண்ண அலைகள் மிகுதியான சக்தியை உடையவை. நாம் வாழ வேண்டுமென்று பெரியவர்கள் நினைக்கின்ற நல்ல நினைப்பானது, கண்ணுக்குத் தெரியாத மிக நுட்பமான சக்தி

உடையது. அந்தச் சக்தியின் வன்மையினால் நம்மிடத்திலுள்ள கெடுதல் மறைந்துவிடும். கல்லை எடுத்து ஒருவனை அடிக்கிறோம்; மண்டை உடைந்து ரத்தம் வருகிறது. இரண்டு நாளில் காயம் ஆறிப்போகிறது. ஆனால் ஒருவனை வாயினால் அவன் மனம் புண்படும்படி பேசிவிடுங்கள். அந்தச் சொல் வெளிப்படையாக உடம்பில் காயத்தை ஏற்படுத்தா விட்டாலும், அவன் உள்ளத்தை எவ்வளவு நோக அடித்துவிடுகிறது?

"தீயினால் சுட்டபுண் உள்ளாறும் ஆறாதே
நாவினால் சுட்ட வடு"

என்று வள்ளுவர் சொல்லவில்லையா? வெறும் சொல், வெறும் காற்று; அது படும்போது அறிவுடையவனுக்கு, உணர்ச்சி உடையவனுக்கு, உயிர் துடிக்கிறது. இது குழந்தைக்கு விளங்காது.

செயலைக் காட்டிலும் சொல் நுட்பமானது; அதைக் காட்டிலும் எண்ணம் நுட்பமானது. அவற்றின் விளைவுகளும் அப்படியே வரவர நுட்பமானவே. நெஞ்சின் நினைப்பு அலைகள் வேல் செய்வதைக் கண்டுபிடிக்க மேல்நாட்டு விஞ்ஞானிகள் முயற்சி செய்து வருகிறார்கள். அதற்கு உருவம் உண்டு, நிறம் உண்டு என்று கண்டுபிடித்துப் புத்தகம் எழுதி இருக்கிறார்கள். நினைப்பு எத்தனைக்கு எத்தனை தீயதாக இருக்கிறதோ அத்தனைக்கு அத்தனை அது சார்ந்த இடங்கள் துன்பமயமாக இருக்கும்.

"அவன் கொள்ளிக் கண்ணால் பார்த்தான். செடி பட்டுப் போய் விட்டதே! குழந்தை அன்றைக்கே ஜுரம் என்று கீழே படுத்துக் கொண்டு விட்டது'' என்று சொல்வதைக் கேட்பது இல்லையா? உள்ளத் திலே தோன்றுகிற அசுர சக்திகளுக்கு அத்தனை ஆற்றல் உண்டு.

பிறருக்குத் தானம் கொடுக்க வேண்டுமென்ற விருப்பம் உள்ளத்தின் விளைவு. உள்ளத்தில் அன்பு இருந்தால்தான் கொடுக்கத் தோன்றும். உள்ளத்தில் பற்று மெல்ல மெல்ல

நழுவி, தன்னிடம் உள்ள பொருள்களை எல்லாம் பிறருக்குக் கொடுக்க வேண்டு மென்ற அன்பு நினைவு எப்பொழுது உண்டாகிறதோ, அப்பொழுது இறைவன் நமக்கு அருள் பாலிக்க வருகிறான்.

தடுங்கோள் மனத்தை, விடுங்கோள்
வெகுளியைத் தானம் என்றும்
இடுங்கோள்.

உள்முகப் பார்வை

இந்த விரிந்த உலகத்திலே ஒவ்வொருவரும் ஒவ்வொரு திசையில் சென்று கொண்டே இருக்கிறார்கள். அவர்களது பார்வை எல்லாம் வெளி நோக்காக இருக்கிறது. ஒருவர் பார்த்ததை இன்னொருவர் பார்க்கவில்லை. அவரவர்கள் தாம் தாம் கண்டதே உண்மை எனச் சொல்கிறார்கள். எல்லோரும் மையத்தின் வெளிவட்டக் கோட்டில் நிற்கிறார்கள். அவர்கள் பிரயாணத்தை வட்டத்தின் உள்முகமாகச் செலுத்தினால் எல்லோரும் வந்து சேருகின்ற இடம் மையப் புள்ளி ஒன்றுதான். புற நோக்கமானது வேறுபாட்டை வளர்த்து வரும். பார்வையை உள்முகமாகச் செலுத்தினால், வேறுபாடுகள் எல்லாம் கொஞ்சம் கொஞ்சமாகக் குறைந்து எல்லாவற்றுக்கும் மூலமாக இருக்கிற பரம்பொருளைத் தெரிந்து கொள்ள முடியும்; அன்பு பெருகி, நாம் எல்லோரும் சகோதரர்கள், இறைவனுடைய குழந்தைகள் என்ற உண்மையை உணர்ந்து கொள்ள முடியும்.

'பல பல பொருள்களைப் பார்த்துப் பார்த்து விரிந்து கொண்டே போகிற மனத்தைத் தடுத்து உள்முகமாகச் செலுத்து; உள்ளே பொங்குகின்ற கோபத்தை அடக்கு. எல்லாவற்றையும் பற்றிக் கொள்ள வேண்டுமென்ற பேராசையால் ஈட்டிக் கொண்டே இருக்கும் பொருள்களை எல்லாம் வாரி வாரித் தானம் வழங்கு.

"இப்படிச் செய்தால் ஒரு நடு நிலைமை வரும். நீ அதே நிலையில் இருந்து கொண்டிரு" என்பது அருணகிரியார் உபதேசம்.

தடுங்கோள் மனத்தை; விடுங்கோள்
வெகுளியை; தானம் என்றும்
இடுங்கோள்; இருந்த படிஇருங்கோள்.

இருந்தபடி இருத்தல்

இருந்தபடியே இருந்து கொண்டு உயிர்களுக்கு ஞானத்தைப் போதிக்கிறார் தட்சிணாமூர்த்தி. ஆலயத்திற்கு வருகின்றவர்களுக்கும் மனோவேகம் கெட்டுக் கொஞ்சம் உட்கார்ந்து கொண்டு தியானம் செய்யட்டும் என்பதற்கு வழிகாட்டியாக அவர் தெற்குமுகம் நோக்கி உட்கார்ந்து கொண்டிருக்கிறார். பெரியவர்கள் பரமேசுவரன் சந்நிதானத்தில் வணங்கிவிட்டு, அம்பிகையையும் தரிசனம் செய்து கொண்டு, தட்சிணா மூர்த்தியின் சந்நிதானத்தில் உட்கார்ந்து கொண்டு மந்திரஜபம் செய்வார்கள். இறைவன் பிறரை உட்கார வைக்கத் தானும் உட்கார்ந்திருக்கிறான்.

இப்படி மற்ற மற்றச் செயல்கள் செய்யாமல், மனம் அடங்கி, செயல் அடங்கி மௌனமாக இருந்தபடி இருப்பார்களானால் அருள் அங்கே வரும்.

மனத்தில் பல காலமாக ஏறியிருக்கிற அழுக்கைத் துடைக்க வேண்டும். காமம் அற்றுப் போக மனத்தைத் தடுக்க வேண்டும். வெகுளியை ஓட்ட வேண்டும். பல காலமாக இருந்த பற்றுக் கழிவதற்காகத் தானம் செய்ய வேண்டும். இந்த மூன்று முயற்சியும் தீவிரமாக இருந்தால் மனத்தினுடைய மாசு போகும்; அது சுத்தமாகும். ஆண்டவன், "எந்த இடம் சுத்தமாக இருக்கிறது? நாம் தலையிலுள்ள அருள் மூட்டையை எங்கே சிறிது வைத்து விட்டு உட்காரலாம்?" என்று காத்துக் கொண்டிருக்கிறான். சுத்தமான உள்ளத்தை வைத்துக் கொண்டு, இருந்தபடி இருந்தான் அவன் அருள் அங்கே வெளிப்படும்.

தடை நீக்கம்

ஒரு விளக்கை ஏற்றி வைத்து அதன்மேல் மரக்காலைக் கவிழ்த்தால் விளக்கின் ஒளியைப் பார்க்க முடியாது. மரக்கால் விளக்கின் ஒளியை மறைத்து, விளக்கை நமக்குக் காட்டாமல் தன்னைக் காட்டுகிறது. ஆனால் விளக்கின் மேல் கண்ணாடி குளோப்பைக் கவிழ்த்தால் அதற்குள் இருக்கிற விளக்கும் தெரிகிறது; விளக்கின் ஒளியும் வெளிப்படுகிறது. மரக்காலுக் குள்ளும் கண்ணாடிக் குளோப்புக்குள்ளும் இருப்பது விளக்குத் தான். ஆனால் மரக்கால் தன்னுள் உள்ள விளக்கின் ஒளி வெளிப் படுவதற்குத் தடையாக இருக்கிறது. கண்ணாடிக் குளோப் தடையாக இராமல் வெளியிடுகிறது. இதைப் போல் அகங்கார, மமகாரம் உடையவர்களுக்குள் ஆண்டவன் இருந்தாலும் அவர்களுக்குப் புலப்படுவதில்லை. அவன் அருள் ஒளி வெளிப் படுவதற்கு அவைகளே தடையாக இருக்கின்றன. அகங்காரம், மமகாரம் நீங்கியவர்கள் பரிசுத்தமான கண்ணாடி போல் தம்முள் இருக்கும் ஆண்டவன் அருள் ஒளி வெளிப்படுவதற்குத் தடை ஏதும் இராமல் இருக்கிறார்கள்.

எல்லோர் உள்ளத்திலும் ஆண்டவன் இல்லாமல் இல்லை. புதிதாக அவன் வெளிப்படுவதில்லை. மறைந்திருந்தவன் வெளிப்படுகிறான். "பரிசுத்தமான உள்ளம் உடையவர்களாக இருங்கள். அருள் வந்து தானே வெளிப்படும்" என்கிறார். இல்லாத ஒன்று எப்படி வெளிப்பட முடியும்? அது இருக்கிறது. ஆனால் வெளிப் பட முடியாமல் அகங்கார மமகார அழுக்குகள் அதற்குத் தடையாக இருக்கின்றன. "அந்த அழுக்கைக் கழுவி விடுங்கள். அருள் தானே வெளிப்படும்" என்கிறார் அருணகிரியார்.

ஆற்று நீர்

ஆற்று நீர் பாய்ந்து கொண்டே இருக்கிறது. அதன் கரையில் மேடான வயல் ஒன்று இருக்கிறது. அதில் தண்ணீர் பாய்கிறதில்லை. மேடாக இருக்கிறதனால் பாய்கிறதில்லை.

தண்ணீர் பாய வேண்டும் என்று வயலுக்குச் சொந்தக்காரன் நினைக்கிறான். ஒரு பெரியவர் அதற்கு வழி சொல்கிறார். "ஆற்றோரத்தில் மேடாக இருக்கிறதே; அந்த மேட்டை வெட்டி விடு; நடுவில் இருக்கிற புதர்களை எடுத்துப் பள்ளமாக்கு. பிறகு பார், தானே ஆற்று நீர் உன் வயலில் பாயும்" என்கிறார். அவர் சொல்வது நியாயந்தானே? ஆற்று நீரைக் குடம் குடமாக எடுத்துவிட்டாலும் வயல் முழுமையும் பாய்ச்ச முடியாது.வயலில் நீர் பாயத் தடையாயிருக்கும் மேட்டையும் புதரையும் நீக்கினால், நீர் தானே பாயும்.

இது போலவே அருணகிரியார் ஆண்டவன் அருள் நீர் பாய வழி சொல்கிறார். "இந்த மேட்டையெல்லாம் வெட்டிவிட்டுச் சும்மா இரு. அது தானே பாயும், பார்" என்கிறார்.

கிணற்று நீர்

பூமிக்குக் கீழே தண்ணீர் இருக்கிறது. அது தானே வெளிப் படும்படி செய்யலாம். நல்ல கூர்மையான ஆயுதங்களால், தண்ணீர் வெளிப்படத் தடையாக இருக்கிற மண்ணைத் தோண்டினால் தண்ணீர் குபுகுபு என்று வெளிப்படுகிறது. அது வெளிப்படுவதற்குத் தடையாக இருந்தது மண். அது தன்னைக் காட்டி, தன்னுள் இருக்கும் தண்ணீரை மறைத்துக் கொண்டிருக்கிறது. அதை அகற்றிவிட்டால் அந்தப் பூமியில் இருந்தே தண்ணீர் வெளிப்படுகிறது. அதைப் போல நம்முள் இறைவன் இருந்தாலும் அருள் வெளிப்படுவதற்குத் தடையாகச் சில இயல்புகள் இருக்கின்றன. விளக்கை மறைத்துக் கொண்டிருக்கும் மரக்காலைப் போல, தண்ணீர் வெளிக்குத் தெரியாமல் மறைத்துக் கொண்டிருக்கும் மண்ணைப் போல அவை இருக்கின்றன. அவற்றை ஒழித்துவிட்டால், இறைவன் அருள் தானே வெளிப்படும். காமம், வெகுளி, உலகத்துப் பொருளை உண்மையாகக் கொண்டு அவற்றைப் பற்றிக் கொண்டிருக்கும் மயக்கம் ஆகிய மூன்றையும் நாம் ஒழித்துவிட்டால் அருளே மயமாக இருக்கிற ஆண்டவன் வெளிப்படுவான்.

சிற்பி செய்யும் தொண்டு

ஒரு பெரிய பாறாங்கல்லைக் கொண்டு வந்து கோயிலுக்கு எதிரே போட்டிருக்கிறார்கள். அந்தக் கல்லை நாம் பார்க்கிறோம். அதே கல்லை ஒரு சிற்பியும் பார்க்கிறான். நாம் கல்லைத்தான் பார்க்கிறோம். அவன் கல்லையும் பார்க்கிறான்; அதற்குள் இருக்கிற முருகனது வடிவத்தையும் பார்க்கிறான். ஆனால் நமக்கு முருகனது வடிவம் தெரியவில்லை. சிற்பி அந்த முருகனது வடிவம் நமக்குத் தெரியாதபடி மறைத்திருக்கின்ற பகுதிகள் எல்லாவற்றையும் தன்னுடைய உளியால் செதுக்கிச் செதுக்கித் தள்ளுகிறான். அப்பொழுது முருகப் பெருமானது உருவம் நமக்குத் தெரிகிறது. அப்பொழுதுதான் அந்த உருவம் வரவில்லை. அதற்கு முன்னாலேயே அதற்குள் மறைந்திருந்த உருவத்தை அந்தச் சிற்பி மாத்திரம் கண்டான். இப்பொழுது நாமும் காணும் படியாகச் செய்தான்.

அதைப் போல, நம்முள் இருக்கிற இறைவனது அருள் ஒளியை நாம் காணமுடியவில்லை. அதற்குக் காரணம் அவன் உள்ளே இல்லை என்பது அல்ல. அதற்குத் தடையாக இருக்கிற பொருள்கள் தங்களைக் காட்டுகின்றன; அந்த அருள் ஒளியைத் தடை செய்கின்றன. அவற்றை நாம் செதுக்கி எறிந்துவிட்டால் அந்த அருள் ஒளி தானே வெளிப்படும்.

சூரும் குன்றமும்

யாருடைய அருள் வெளிப்படும்?

எழு பாரும்உள்ளக்
கொடுங்கோபச் சூருடன், குன்றம் திறக்கத் துளைக்க
வைவேல்
விடும்கோன் அருள்வந்து தானே உமக்குவெளிப்படுமே.

"விடுங்கோள் வெகுளியை" என்று சொன்னார். வெகுளி இருந்தால் கொடுங்கோபச் சூரன் ஆவோம். சூரன் அகங்காரத்தின் உருவம். அகங்காரத்தின் விளைவு, மமகாரம்,

அந்த மமகாரமே கிரௌஞ்சாசுரன்; சூரனுக்குக் கவசம் போல் இருந்தவன் அவ்வசுரன். கிரௌஞ்சாசுரனாகிய குன்றத்திற்குள் சூரன் ஒளிந்திருந்தான்."என் வீடு, என் மனைவி, என் பிள்ளை" என்று விரிந்து கொண்டே போகின்ற மமகாரத்திற்குள் ஒளிந்திருப்பது நான் என்ற அகங்காரம். ஆண்டவன் தன்னுடைய கூர்மையான வேலைக் கிரௌஞ்ச மலைக்குள் செலுத்தி மலையும் தவிடு பொடியாகப் போகும்படி செய்தான்; அதனுள் ஒளிந்து கொண்டிருந்த சூரனையும் அழிந்து போகும்படி செய்தான். மலை போலச் சுற்றி வளைத்துக் கொண்டிருக்கிற மமகாரம், அதற்குள் ஒளிந்திருக்கும் நான் என்ற அகங்காரம் ஆகிய இரண்டையும் தன்னுடைய ஞானமாகிய வேலைச் செலுத்தி ஒழிப்பவன் முருகன் என்பதை இந்தத் திருவிளையாடல் புலப்படுத்துகிறது.

உலகத்தில் உள்ள மக்கள் எல்லாம் வாழ வேண்டுமென்பது இறைவன் கருணை. எழுபாரும் உய்ய வைவேல் விடும் கோன் அவன். "சூரனும் கிரௌஞ்சாசுரனும் அழிந்தால், அகங்காரமும் மமகாரமும் ஒழிந்தால், உலகம் சுபிட்சத்தை அடையும். தான தர்மங்கள் நடைபெறும். தவம் செய்ய முடியும்" என்று கண்டு கொண்டு தன்னுடைய வேலைச் செலுத்தினான் முருகன். அந்த வேல் கூர்மையானது; வைவேல்.

"இவ்வாறு கூர்மையான வேலை விட்ட முருகனுடைய அருள் வந்து தானே, உமக்கு வெளிப்படும். மனத்தைத் தடுத்து, கோபத்தை அழித்துவிட்டு ஈட்டி வைத்திருக்கின்ற பொருள்களைத் தானம் செய்து, நீங்கள் இருந்தபடி இருங்கள்" என்பது அருண கிரியார் உபதேசம்.

தடுங்கோள் மனத்தை; விடுங்கோள்
வெகுளியைத் தானம்என்றும் இடுங்கோள்;
இருந்த படிஇருங் கோள்; எழு
பாரும்உய்யக் கொடுங்கோபச் சூருடன்,
குன்றம் திறக்கத் துளைக்க, வைவேல்

**விடுங்கோன் அருள்வந்து தானே
உமக்கு வெளிப்படுமே.**

[மனத்தை அதன் போக்கிலே விடாமல் தடுங்கள்; கோபத்தை விட்டு விடுங்கள்; என்றும் தானம் இடுங்கள்; அந்த நிலையில் இருந்தபடியே இருங்கள்; அப்போது, ஏழுலகமும் உய்யும்படியாக, கொடுமையான கோபத்தைக் கொண்ட சூரனோடு கிரௌஞ்சமென்னும் குன்று திறக்கவும், கூர்மையான வேலை விடும் இறைவனாகிய முருகனது அருள் தானே வந்து உமக்கு வெளிப்படும்.

தடுங்கோள், விடுங்கோள், இடுங்கோள், இருங்கோள் என்பன வழக்குச் சொற்கள். சூர்-சூரபன்மன், குன்றம் - கிரௌஞ்சமலை. வை- கூர்மை]

வேலன் துணை

பெரியவருடைய அச்சம்

ஒரு பெரியவர்: அவருக்கு வைரம், முத்து முதலியவை அடங்கிய ஒரு சிறு முடிச்சுக் கிடைத்தது. அற்கு முன்னால் அவர் என்ன என்ன மூட்டைகளையோ வைத்திருந்தார். அந்தக் காலங்களில் அவர் அவ்வளவாகக் கவலைப்படவில்லை. ஆனால் இன்றைக்கு வைரம், முத்து அடங்கிய இந்த முடிச்சுக் கிடைத்தவுடன் பயம் வந்துவிட்டது. அதை எப்படிக் காப்பாற்றுவது என்று தெரியாமல் அஞ்சினார். தம்முடன் இருந்த ஒரு பையனிடம் அந்த மூட்டையைக் கொடுத்து, 'அப்பா, இந்த மூட்டையை மிகவும் பாதுகாப்பாக எடுத்துக் கொண்டு என்னுடன் வா. நாம் இங்கே இருக்கக் கூடாது. வேறு ஓர் இடத்திற்கு ஓடிப் போய் விடுவோம்'' என்றார்.

நடுவழியில் அந்தப் பையன் மெல்ல முடிச்சைத் திறந்து பார்த்தான். அதைப் பக்கத்தில் இருந்த வேறு சிலரும் பார்த்தார்கள். அவனிடத்தில் உள்ள அந்த முடிச்சை எப்படித் திருட்டுத்தனமாகக் கைப்பற்றிக் கொண்டுபோவது எனச் சிலர் நினைத்தார்கள். "அப்பா, இந்தப் பகல் நேரத்தில் எங்கே பார்த்தாலும் மக்கள் திரண்டு இருக்கிறார்கள். இவர்களுக்குத் தெரியாமல் நாம் எப்படிப் போவது? இவர்கள் எல்லோரும் நம்மிடம் உள்ள முடிச்சைப் பற்றிக் கொண்டு போகப் பார்க்கிறார்களே!" என்று பெரியவர் மிகவும் அஞ்சினார்.

இரவு வந்தது. 'இந்த ராத்திரியில் எங்கேயாவது ஓடிப் போய்விடுவோம்' என்று முதலில் அவர் நினைத்தார். ஆனால் அவரை வேறு ஒரு பயம் பற்றிக் கொண்டுவிட்டது. "பகல் நேரத்திலாவது யாராவது கை முடிச்சைப் பற்றினால்

பற்றுகின்றவனது முகம் தெரியும். இரவுக் காலத்திலோ கள்ளர் பயம் அதிகமாக இருக்கும். யாரேனும் கையில் உள்ளதைத் தட்டிப் பறித்துக் கொண்டு போனால் பறித்துக் கொண்டவனது முகத்தைக்கூடப் பார்க்க முடியாது. கூவி அழைத்தால் யாரும் உதவி செய்ய வரமாட்டார்களே!" என்று நடுங்கினார்.

ஆகவே, அவர் பையனைப் பார்த்துச் சொல்லுகிறார்: "நாம் கையிலுள்ள முடிச்சைப் பத்திரமாக வைத்துக் கொள்ள வேண்டு மென்றால் பகல், இரவு அற்ற ஓர் இடத்திற்குப் போனால்தான் அது சாத்தியமாகும். என்னுடன் ஓடிவா. நாம் இருவரும் பகல், இரவு அற்ற ஒரு வெளியில் போய் ஒளிந்து கொள்வோம்" என்கிறார். பையன்,"சரி" என்கிறான்.

அந்தப் பையனுக்கு அவ்வளவாகச் சாமர்த்தியம் போதாது என்பது பெரியவரின் எண்ணம். முன்பு அவன் தலையில் கரி மூட்டையை ஏற்றிவைத்து அழைத்துப் போயிருக்கிறார்; விறகு மூட்டையைத் தூக்கிவரச் செய்திருக்கிறார். இன்றைக்கோ அவனிடம் வைர மூட்டையை அல்லவா கொடுத்திருக்கிறார்? அவன் அதைப் பத்திரமாக எடுத்து வருவான் என்ற நம்பிக்கை இல்லை.

யார் துணை?

அவர்களிடமுள்ள மூட்டையை வழியில் யாரும் பறித்துக் கொண்டு போகாமல் இருக்க வேண்டுமானால், பாதுகாப்போடு போவதுதான் நலம். பாதுகாப்பான இடம், இரவும் பகலும் இல்லாத இடம் என்று தெரிந்து கொண்டார். அந்த இடத்துக்குப் போய்ச் சேரும் வரையிலும் பாதுகாப்பு வேண்டுமே! அதற்கு யாரைப் பாதுகாப்பாளனாக நியமிப்பது? அவன் திருடர்களை அடித்து ஒழிக்கக் கூடியவனாக இருக்க வேண்டும். அவர்களை எதிர்ப்பதற்குக் கையில் தக்க ஆயுதம் தாங்கியவனாகவும் இருக்க வேண்டும்.

வேலாயுதன் காப்பு

அவருடைய நல்ல காலம், கூர்மையான வேலைத் தாங்கிய வேலாயுதன் பாதுகாப்பாளனாக வர இசைந்தான். அவ்வளவு தான். அந்தப் பெரியவர் மிக்க மகிழ்ச்சியோடு அந்தப் பையனைப் பார்த்து, "சீக்கிரம் ஓடி வா. பகல், இரவு அற்ற ஒரு வெளிக்குப் போய்விடுவோம். இங்கே இருக்கக் கூடாது. யார் எந்தச் சமயத்தில் நம்மிடம் உள்ள செல்வத்தைப் பறித்துப் போவார்களோ தெரியாது. அதற்குள் யார் கண்ணிலும் படாத ஓர் இடத்திற்கு நாம் போய் விட வேண்டும்" என்கிறார். மடியில் கனம் உள்ளவர் அல்லவா?

அப்படி அழைப்பது போல ஒரு பாடலைப் பாடுகிறார் அருணகிரியார். இங்கே பையன், மனம். வைரம், முத்து அடங்கிய முடிச்சுத்தான் ஞானம். பெரியவர், ஆத்மா. ஆத்மாவாகிய பெரியவர் தம்மிடம் உள்ள ஞான முடிச்சைக் காப்பாற்றிக் கொள்ள மனம் என்னும் பையனிடம் அதைக் கொடுத்து, "முருகனாகிய வேலா யுதனது துணை கொண்டு அல்லும் பகலும் இல்லாத, சூதானது அற்ற, வெளிக்கு ஓடிப்போய் ஒளிந்து கொள்ளலாம், வா!" என்று அழைக்கிறார்.

வேதா கமசித்ர வேலா
யுதன்வெட்சி பூத்ததண்டைப்
பாதார விந்தம் அரணாக
அல்லும் பகலும் இல்லாச்
சூதானது அற்ற வெளிக்கே
ஒளித்துச்சும் மாஇருக்கப் போதாய்,
இனிமன மேதெரி
யாதுஒரு பூதர்க்குமே.

மனக் குரங்கு

நம்முடைய மனம் நல்ல வழியைக் காட்டினாலும் காட்டும்; அல்லாத வழியைக் காட்டினாலும் காட்டும். அது குரங்கு போன்றது. குரங்கு சிட்டுக் குருவிகள் கட்டுகிற கூட்டைப் பிரித்து எறியும். மாலைகளைப் பிய்த்து எறியும். கட்டியதைப்

பிரித்து எறியும் இயல்புடைய குரங்குகளை ஆட்கொண்டான் இராமன். அந்தக் குரங்குகள் குரங்கரசனாகிய சுக்கிரீவனது தலைமையில், ஆங்காங்கே சிதறிக் கிடந்த கற்களை எல்லாம் ஒன்று சேர்த்துக் கொண்டு வந்து இலங்கைக்கு அணை கட்டின. கட்டியதைப் பிரிக்கும் இயல்புடைய குரங்குகள் இராமனோடு சேர்ந்தமையால் பிரிந்தவற்றை ஒன்று சேர்த்துக் கட்ட உதவின. அவ்வாறே மனம் என்னும் குரங்கு தன் விருப்பப்படி திரிந்தால் நாம் நல்ல எண்ணங்களைக் கட்டக் கட்ட அவற்றைக் குலைத்து, செய்கின்ற முயற்சியை எல்லாம் சின்ன பின்னப்படுத்துகிறது; துன்பத்தை உண்டாக்குகிறது. ஆனால் அதே குரங்கை இராமன் ஆண்டது போல நாமும் அடக்கி ஆண்டுவிடுமோனால் அதுவே நமக்கு உதவியாக இருக்கும்.

மனமென்னும் யானை

மதம் பிடித்த யானையினிடம் யாராவது போனால் தன் துதிக்கையினால் அவர்களைப் பற்றி இழுத்து மிதித்து அழித்து விடுகிறது. அதைக் கண்டால் எல்லோரும் ஓடுகிறார்கள். அந்த யானையை அடக்கிய பிறகு தன்னைக் குத்தி நோவ அடிக்கும் மாவுத்தனுக்குப் பணிந்து கீழே கிடக்கும் அங்குசத்தை எடுத்துக் கொடுக்கிறது. தன்னைக் கட்டுவதற்குரிய இரும்புச் சங்கிலியைத் தன் துதிக்கையினாலேயே அவனிடம் எடுத்துக் கொடுக்கிறது. காலையும் தூக்கிக் காட்டுகிறது. மதம் அடங்கின யானையாக மனம் ஆகிவிட்டால் தன்னைக் கட்டுகிற வழியை அதுவே காட்டும். இல்லாவிட்டால் மதம் பிடித்த யானை சுற்றியுள்ளவர் களுக்குத் துன்பத்தைக் கொடுத்து, தன்னை அடக்க வருகின்ற மாவுத்தனையும் கொன்று வீழ்த்துவது போலத் துன்பம் கொடுத்து, ஆத்மாவையே கொன்றுவிடும்.

அத்தகைய மனத்தைப் பார்த்து அருணகிரிநாதர் சொல்லுகிறார். அந்த மனம் இப்போது நல்ல மனமாகி விட்டது. முன்பு மதம் பிடித்த யானை போலத் தன் இச்சைப்படி எங்கெங்கோ ஓடித் திரிந்து கொண்டிருந்தது. தன்

வழியில் குறுக்கிடுபவர்களின் மேல் சினம் கொண்டு சீறி விழுந்தது. உலகிலுள்ள எல்லாப் பொருள்களையும் தானே பற்றிக் கொள்ள வேண்டும் என்ற பேராசையால் அலைந்து ஓடிற்று.

அழுக்கு மூட்டையைச் சுமந்து செல்லும் கழுதை போல அது இருந்தது. இப்பொழுதோ அருணகிரிநாதப் பெருமானாகிய ஆசிரியர் உபதேசம் செய்த பின்பு, அந்த மனம் மடைமாறிச் சென்றது. வெகுளி அடங்கியிருக்கிறது. தன்னிடமுள்ள பொருள்களை எல்லாம் தானமாகப் பிறருக்குக் கொடுத்துப் பற்று நீங்கி இருக்கிறது. முன்பு சிறிது. கண்ணை மூடினாலும் என்ன என்ன எண்ணமோ வரும்; யார் யார் முகமோ தோன்றும். இப்பொழுது கண்ணை மூடும் பொழுது முருகப் பெருமானின் திருவுருவந்தான் வருகின்றது. அவன் சம்பந்தமான நினைவுகள் தாம் வரு கின்றன. இப்போது மனம் கழுதை அன்று; முருகப் பெருமானாகிய அரசனைச் சுமந்து வரும் யானை. வேலாயுதப் பெருமான் வருகிறான் வருகிறான் என்று பராக்குக் கொடுத்துக் கொண்டு வருவது போலத் துதிக்கையை உயரத் தூக்கி தூக்கி அசைத்துக் கொண்டு வருகிறது.

உலகத்தினிடம் பயம்

ஞானம் என்ற வைர முடிச்சைப் பெற்றவுடன் ஆத்மா பயப்படுகிறது. இதை மனமாகிய பையன் பத்திரமாகப் பார்த்துக் கொள்ள வேண்டுமே! என அஞ்சுகிறது. 'மாயை பல பல விதமாக வந்து வேறு வேறு விளையாடல்களைச் செய்யுமே. அவற்றினின்றும் பிழைத்து இந்த ஞானச் செல்வத்தைக் காப்பாற்ற வேண்டுமே! என்று பெரியோர் அஞ்சுகிறார்கள்.

ஒருவன் பாங்கிலிருந்து நூறு ரூபாயை வாங்கிக் கொண்டு டாக்ஸியில் வந்து இறங்குகிறான். அவனுடைய தந்தை, "ஏண்டா பஸ்ஸில் வரக்கூடாதோ?" என்கிறார். அவன், டாக்ஸிக்கு ஒரு ரூபாய் செலவாகுமே என்று எண்ணிப்

பஸ்ஸில் ஏறி வந்தால் நூறு ரூபாயையும் யாராவது முடிச்சு மாறிகள் அடித்துக் கொண்டு போய் விடுவார்கள். டாக்ஸிக்கு ஒரு ரூபாய் போனாலும் எஞ்சிய 99 ரூபாய் பத்திரமாக வீடு வந்து சேர்ந்தனவே" என்கிறான். சில நாளைக்குள் செலவழிந்து போகும் செல்வத்துக்கு இவ்வளவு பாதுகாப்பு என்றால், பலகாலம் செய்த தவப் பயனாகப் பெற்ற ஞானமாகிய தனத்தைப் பாதுகாக்க எவ்வளவு ஜாக்கிரதையாக இருக்க வேண்டும்.

இறைவன் திருவருளால் பெற்ற ஞானச் செல்வத்தைப் பாதுகாத்து வைக்க வேண்டுமே என்று அறிவு பயப்படுகிறது. 'உலகிலுள்ள யாராவது நம் இந்திரியங்களுக்கு இன்பத்தைக் கொடுத்துத் திருடிப் போவார்களோ? நாக்குக்குச் சுவையான சாப்பாட்டைப் போட்டுத் தூங்கப் பண்ணிக் கைப்பொருளை அபகரித்துப் போவார்களோ? நமது பழைய பிறவி வாசனையை உண்டு பண்ணி விடுவார்களோ' என்று அஞ்சுகிறது. 'ராத்திரி நேரமானாலோ தாமச குணத்தினால் சோர்வு வருகிறது. பகலானாலோ பகைவர்கள் நம்மைச் சுற்றியே இருக்கிறார்கள். ஆகவே, இந்தப் பொருளைக் காப்பாற்றப் பகலும் கூடாது, இரவும் கூடாது' என்று நினைக்கிறது.

பகலும் இரவும்

பகல் என்பது நினைப்பு; ராத்திரி என்பது மறப்பு. பகலானது, உலகத்தோடு ஒட்டி வாழ்ந்து கொண்டே போகிற நிலை. இரவாவது, செயலை மறந்து தூக்கத்திற்குள் அடங்கிக் கிடக்கிற நிலை. இந்த இரண்டு நிலையும் நமக்குப் பயன் ஒன்றையும் அளிக்கவில்லை. பகலும் இரவும் நாம் ஓயாமல் ஒழியாமல் வேலை செய்கிறோம். இரவில் படுத்துத் தூங்குவதும் ஒரு வேலைதானே? அவை உயிருக்கு நலம் செய்யும் பயனை அளிப்பதில்லை.

ஒரு குருநாதருக்கு ஒரு சிஷ்யன் கிடைத்தான். ஒரு நாள் ராத்திரி அவர் அந்தச் சிஷ்யனிடம், "நாளைக் காலை செங்கற்

பட்டு வரையில் போகவேண்டும்" என்றார். மறுநாள் காலையில் பத்து மணிக்குச் சிஷ்யன் வந்து நின்றான். அவன் காலில் முழங்கால் மட்டும் புழுதி. "எங்கேயடா போயிருந்தாய்?" என்று கேட்டதற்கு அவன், "செங்கற்பட்டு வரையில் போக வேண்டு மென்று அவ்விடத்தில் உத்தரவாயிற்றே; அதன்படி போய்விட்டு வந்தேன்" என்றான். குருநாதர் உத்தரவிட்டது உண்மைதான். ஆனால் அவன் செய்தது பயனில்லாத காரியம்."எதற்காகப் போக வேண்டும்? யாரைப் பார்க்க வேண்டும்?" என்று கேட்டுக் கொள்ளாமல் அவன் போய் வந்தால் பயன் என்ன?

இப்படியே நாம் சுறுசுறுப்பாக எத்தனைதான் வேலை செய்தாலும் அதனால் இன்பம் வராது. பகல் முழுவதும் உத்தியோக சம்பந்தமாகவோ வீண் காரியங்கள் சம்பந்தமாகவோ நம்முடைய உழைப்பை எல்லாம் ஈடுபடுத்தி விடுகிறோம். ஆத்மாவுக்கு இன்பத்தைத் தரக்கூடிய காரியம் ஒன்றைக்கூடச் செய்வதில்லை.

இரவிலோ அந்தச் செயல்கூட அற்றுத் தூங்கிக் கிடக்கிறோம். நனவாகிய நிலை சகலாவஸ்தை; தூக்கமாகிய நிலை கேவலா வஸ்தை. சகலத்தில் பயனற்ற வீண் வேடிக்கைக் காரியங்களைச் செய்கிறோம். கேவலத்தில் அந்த முயற்சியும் இல்லாமல் தூங்குகிறோம். ஆகவே, பகலும் இரவும் நமக்கு இன்பத்தைத் தருவதில்லை. ஆத்மாவுக்கு இன்பத்தைத் தருவதற்குப் பகல் இர அற்ற இடம் வேண்டும்.

தெரியாது ஒரு பூதர்க்குமே.

எப்படி ஓர் அருமையான பொருள் கிடைத்துவிட்டால் வேறு யாருடைய கண்ணிலும் படாமல் வைத்துக் கொள்ள வேண்டும் என்று நினைக்கிறார்களோ, அப்படியே கிடைத்தற் கரிய பேறான ஞானத்தைப் பத்திரமாக வைத்துக் கொள்ள வேண்டும். ஒரு பூதர்க்கும் - ஓர் உயிருக்கும் - தெரியாமல் இருக்க வேண்டும்.

அருணகிரியார் மனத்தைப் பார்த்துச் சொல்கிறார்; "ஒரு பூதர்க்கும் தெரியாத ஓர் இடம் உண்டு. நமக்கு இரவும் கூடாது. பகலும் கூடாது. இரவு, பகல் அற்ற அந்த வெளிக்குப் போய் விடலாம் வா" என்று அழைக்கிறார். "போகிற வரைக்கும் துணை வேண்டும். போன பிற்பாடும் துணை வேண்டும். கள்ளர் நம்மைக் கண்டு பயப்பட்டு நெருங்காமல் போக வேண்டுமென்றால் ஆயுதம் கையில் உடையவன் துணையாக வர வேண்டும். பெரிய பெரிய அசுரர்களைச் சங்காரம் செய்து வாகை சூடிக் கொண்டிருக்கும் தேவசேனாபதியாகிய முருகனுடைய துணையைப் பெற்றுப் போகலாம் வா. சூரபன்மன் முதலிய அசுரர்களைச் சங்காரம் செய்வதற்குக் கருவியாய் இருந்த வேல் அவன் கையில் இருக்கிறது. நமக்குக் கவலை இல்லை. அவனுடைய பாதங்களையே சரணாகப் பற்றிக் கொண்டு போகலாம் வா" என்கிறார்.

ஞானத்தின் உருவம்

அவன் கையில் உள்ள வேல் எத்தகையது? நாம் பற்றிக் கொள்கிற அவனது பாதார விந்தம் எத்தகையது?

வேதா கமசித்ர வேலாயு தன்வெட்சி
பூத்ததண்டைப்
பாதாரவிந்தம்.

ஆண்டவனது கையில் உள்ள வேல் ஞான மயமானது. அது ஞானசக்தி. தாமச குணங்களைப் போக்கி, அறியாமையை நீக்கி, அறிவைக் கொடுப்பது அந்த ஞானவேல்.

ஞானத்திற்கு உருவம் என்ன? "அவன் மிக்க அறிவாளி என்றால், அவனிடமுள்ள அறிவைக் காண இயலாது. அதற்கு உருவம் இல்லை. அவன் அறிவுக்கு ஓர் உருவம் கொடுக்க வேண்டுமென்றால் நாம், "அவன் பெரிய அறிவாளி; எம்.ஏ. படித்திருக்கிறான்" என்று கூறுகிறோம். அறிவுக்கு உருவம் இல்லையானாலும் எம்.ஏ. படித்திருக்கிறான் என்பதன் மூலம்

அதற்கு ஒரு வகையாக அடையாளம் கூறுகிறோம். அதையே உருவம் என்று சொல்லலாம்.

இறைவனோடு தொடர்வுடைய அறிவு எதுவோ, அது மெய்ஞ் ஞானம். ஞானம் இருவகைப்படும். கல்வி, கேள்வியினாலே வருவது அபரஞானம். உணர்வினாலே அநுபவத்தினாலே பெறுவது பரஞானம். அநுபவத்தினால் பெறுகின்ற ஞானத்திற்கு இந்த நாட்டில் எப்பொழுதும் தலைமை உண்டு. கல்வி, கேள்வி ஞானத்தோடு கூட, அநுபவத்தினால் உயர்ந்த அறிவைப் பெற்ற எத்தனையோ மகான்கள் இந்த நாட்டில் ஆசாரியர்களாக இருந்திருக்கிறார்கள்.

அபர ஞானத்தைத் தர உதவியாக இருப்பவை நூல்கள். எல்லா நூல்களிலும் சிறந்தது வேதம். வேதம் இறைவன் அருளியது என்பர். அது எல்லோருக்கும் பொதுவானது. வேதத்தோடு சார்த்திச் சொல்பவை ஆகமங்கள். அந்த அந்தச் சமயத்தவர் களுக்கு ஏற்றபடி தனித்தனியே ஆகமங்கள் இருக்கின்றன. பொதுவான வேதத்தையும், சிறப்பான ஆகமங்களையும் சேர்த்து வேதாகமம் என்று சொல்வது வழக்கம்.

வேதத்தில் மந்திரம் மிகவும் முக்கியம். ஆகமத்தில் தந்திரம் மிகவும் முக்கியம். அதனால் வேதத்தை மந்திரமென்றும் ஆகமத்தைத் தந்திரம் என்றும் சொல்வர். வேதம் இறைவனைப் பற்றியும், அறங்களைப் பற்றியும் சொல்கிறது. ஆகமங்கள் இறைவனை அடைவதற்குரிய செயல் முறைகளைச் சொல்கின்றன.

நால் வகை நூல்கள்

வேதம் எசமானனைப் போல், "இது செய்; இது செய்யாதே" என்று கட்டளையிடுகிறது. ஒரு தலைவன் இப்படி இப்படிக் காரியங்களைச் செய் என உத்தரவு இடுவது போல இருக்கிறது அது. ஏன் அப்படிச் செய்யவேண்டுமென்று கேட்கக்கூடாது. அது எசமானனுடைய உத்தரவு. அதனால் வேதத்தை, "பிரபு சம்மிதை" என்பர். பிரபு - தலைவன். வேதம் கட்டளை

இடுகிறது. ஆகவே தான் அது தலைவன் வாக்கு, பிரபு சம்மிதை ஆயிற்று.

சில நெறிமுறைகள் காலத்திற்குக் காலம் மாறுபடலாம். இடத்திற்கு இடம் வேறுபடலாம். நம்முடைய நாட்டில் இருக்கிற ஆசாரம் வேறு. வடநாட்டில் இருக்கிற ஆசாரம் வேறு. இவற்றை எல்லாம் கண்டு இப்படி இப்படி ஒழுக வேண்டும் என்று அவ்வப்போது வழி வகுத்துக் கொடுப்பது ஸ்மிருதி ஆகும். அது, அரசாங்கத்தார் அவ்வப்போது படைக்கிற சட்டத்தைப் போன்றது.

அத்தகைய ஸ்மிருதியை "ஸுஹ்ருத் ஸம்மிதை" என்பர். 'ஸுஹ்ருத்' என்பது நண்பனைக் குறிக்கும். அவன் நமக்கு நல்லதையே சொல்வான். நமக்கு ஓர் உயர்ந்த நண்பனைப் போல் இருந்து, நம்முடைய மனநிலை, முயற்சி இவற்றுக்கு ஏற்ப ஒழுக்க வகைகளை நிர்ணயம் செய்வது ஸ்மிருதி. அது நண்பன் வாக்கைப் போன்றது.

சுருதி ஸ்மிருதிகளைத் தெரிந்து கொள்ளப் பயிற்சி வேண்டும். அத்துணைப் பயிற்சி இல்லாதவர்களும், வேதக் கருத்தைத் தெரிந்து கொள்ளும்படி அமைந்தது காவியம். அதைக் காந்தா ஸம்மிதை என்பர். மனைவியின் சொல் போன்றது என்பது பொருள். மனைவி, நாயகன் மனத்தை மாற்றுவதற்கு எவ்வளவு இங்கிதமாகப் பேசுகிறாள்! கணவனிடம், ஒரு காரியத்தைச் செய்ய வேண்டுமென்று சொல்வதற்கு முன், சிரித்த முகத்தோடு அவன் எப்பொழுது காரியாலயத்திலிருந்து வருவான் எனக் காத்துக் கொண்டிருக்கிறாள். வந்தவுடனே அந்த விஷயத்தைச் சொல்வது இல்லை. பலகாரம், காபி முதலியவை கொடுத்து அவன் களைப்பைப் போக்குகிறாள்.

அப்புறம் மெல்ல இனிமையாகப் பேசுகிறாள். அவள் பேச்சிலே இவன் குழைந்து இன்புற்று இருக்கும்போது சொல்ல வேண்டியதை மெல்லச் சொல்லுகிறாள். "இன்றைக்கு நானும், அடுத்த வீட்டு லலிதாவும் கோயிலுக்குப் போயிருந்தோம். சுவாமி தரிசனம் திவ்யமாகக்

கிடைத்தது. அங்கே பச்சைப் புடைவை கட்டிக் கொண்டு ஒருத்தி வந்திருந்தாள். எவ்வளவு அழகாக இருந்தது! விலை நூறு ரூபாய்க்கு மேல் இருக்குமென்று நினைத்தேன். ஆனால் அறுபது ரூபாய்தானாம். லலிதாகூட அம்மாதிரி ஒன்று வாங்கிக் கொள்ளப் போவதாகச் சொன்னாள்" என்று அவள் சொல்வதற்குள்ளேயே, "நீயும் ஒன்று வாங்கிக் கொள்ளேன்" என்று சொல்லிவிடுவான். இதற்காகத் தானே அவள் இவ்வளவு குழைவாகப் பேசுகிறாள்?

இவ்வாறே காவியம் மிக இனிமையாகக் கருத்தைச் சொல்லி, நம் உள்ளங்களிலே இன்பம் சுரக்கும்படி செய்து அறிவூட்டுகிறது. அதனால் 'காந்தா ஸம்மிதை' என்று அதைச் சொல்கிறார்கள். சாகுந்தலம், வால்மீகி இராமாயணம், கம்பராமாயணம் முதலிய காவியங்களில் உள்ள உண்மை எல்லாம் வேதத்தில் இருப்பனவே. ஆனால் வேதம் போல அப்படியே இவை சொல்லவில்லை. கதையை அலங்காரமாகச் சொல்லி இன்பத்தைச் சுரக்கச் செய்து, தம்மை மறந்து படித்து உண்மையை உணரும்படி செய்துவிடுகின்றன.

புராணங்கள் உருவகக் கதைகள். குழந்தைகளுக்குக் கதை சொல்வது போல, அரிச்சந்திரன் கதை முதலியவற்றைச் சொல்லி வேதப் பொருளின் சாரத்தை மனத்தில் பதியவைப்பது புராணம். இப்படி வேதாகமம், ஸ்மிருதி, காவ்யம், புராணம் என நான்கு பிரிவுகளாக ஞானம் நிற்கிறது. வை நான்கும் ஞானத்தின் வடிவங்கள் என்று கூறலாம்.

வேதாகம வேல்

நமக்கு கிடைக்கும் ஞானம் எப்படி வருகிறது? வேதமாக வருகிறது. ஆகமமாக வருகிறது. பிற நூல்களாக வருகிறது. எம்பெருமான் திருக்கரத்திலுள்ள வேலை ஞான வேல் என்று பெரியவர்கள் சொன்னார்கள். அருணகிரிநாதர் அந்த ஞானத்திற்கு உருவம் கொடுத்து ஞானம் தரும் நூலாகிய வேதத்தையும், ஆகமத்தையும் நினைத்து, அந்த வேல் வேத வேல், ஆகம வேல் என்று சொல்கிறார்.

இறைவனோடு சம்பந்தப்பட்டட எல்லாவற்றையுமே வேதம் என்று சொல்வது வழக்கம். சிவபிரான் ஏறிச் செல்லும் இடபம் வேதம். அவன் அணிகின்ற ஆடை வேதம். அவன் பாதுகை வேதம். அவன் சிலம்பு வேதம் என்பர்.

அருணகிரிநாத சுவாமிகள் இந்த முறையை நினைத்து, மற்றவர்கள் சொல்லாத புது வகையில், முருகன் வேதாகமத்தையே வேலாக வைத்திருக்கிறன் என்கிறார். வியப்புக்குரிய பொருளாக இருக்கிறது அந்த வேல்; சித்ரவேல் அது.

வேதா கமசித்ர வேலாயுதன்

கிடைப்பதற்கரிய பொருள் ஒன்று கிடைத்தால் அதை அறிவுடைய மனிதனால்தான் காப்பாற்ற முடியும். உயர்ந்த ஞானச் செல்வத்தைக் காப்பாற்ற வேண்டுமென்றால், அதற்குரிய பாதுகாப்பாக இருப்பது ஞானவேல்.

ஞானவேல்

உலகத்தைத் தனக்குள் அடக்கி ஆண்ட சூரபன்மனது உடலைத் துளைத்து, அவனுக்குக் கவசம் போலிருந்த கிரௌஞ்ச கிரியையும் பொடிப் பொடியாக்கிப் பெரிய ஆச்சரியமான காரியங்களைச் செய்தது அந்த வேல். அஞ்ஞானத்தைப் போக்க உதவும் ஞானமே வடிவான வேதாகமத்தை வேலாக வைத்திருக்கிறான் முருகன். அவனை நமக்கு துணையாகக் கெள்ள வேண்டும்.

வேல் நமக்குத் துணையாக வேண்டுமென்றால் அந்த வேலை உடைய வேலாயுதன் தாளை நாம் பற்றிக் கொள்ள வேண்டும். அவன் காலைப் பற்றினால் வேலை விடுத்து நம்மைக் காப்பாற்று வான். காலைப் பிடிப்பவருக்குப் பயன் படுவதாகவே வேலை வைத்திருக்கிறான்.

திருத்தாள் அழகு

அவன் திருத்தாள்கள் எத்தகையவை?

அநாதிகாலம் தொட்டுப் பக்தர்கள் எப்போதும் அருச்சனை செய்து வரும் பாதம் அது. அவர்கள் தூவிய மலர்கள் அதன்பால் இருக்கின்றன. வெட்சிப் பூ நிரம்பக் குவிந்திருக்கிறது. அவன் பாதத்திலேயே பூத்த மாதிரியாக அது மலர்ச்சியோடு இருக்கிறது. வெம்மையுடைய மனிதன் கையில் பட்டால் மலர் வாடிவிடும். செடியில் இருப்பது போலவே, அதையும்விட மிக்க மலர்ச்சி யோடு, முருகன் கால்களில் வெட்சி மலர் கிடக்கிறது. அவ்வளவு தண்மை உடையது அவன் தாள். மலரை அணிந்ததோடு தண்டை யையும் அணிந்த திருவடி அது; அரவிந்தம் போன்றது.

வெட்சி பூத்த தண்டைப்
பாதர விந்தம் அரணாக.

றைவன் தண்டை அணிந்திருப்பதால் அவன் வரும்போது, "இறைவன் வருகிறான், வருகிறான்" என்று பக்தர்களுக்கு அது ஒலி செய்து காட்டுகிறது. "அந்தத் திருவடித் தாமரைகளை நமக்கு அரணாகப் பற்றிக் கொண்டு போவோம் வா, மனமே என்கிறார் அருணகிரியார்.

காலும் வேலும்

நாம் பற்றிக் கொள்வது கால். நமக்கு அஞ்சல் என்று சொல்வது கை. நாம் தண்ணீர் விடுகிற இடம் வேர். நமக்குக் காய் தருகிற இடம் செடியின் மேற்பகுதி. அவனது திருவடியைப் பற்றிக் கொண்டு கண்ணீர் விட்டு, "நீயே சரணம்" என்று கதறினால் அவன் கை, "அஞ்சல்" என்று சொல்லும். அவனது வெட்சி பூத்த, தண்டை அணிந்த பாத தாமரையைப் பற்றிக் கொண்டால், அவன் கையிலுள்ள வேல் நம்மைப் பாதுகாக்கும்; நாம் பாதுகாப்பான இடத்தை அடையலாம்.

அல்லும் பகலும் இல்லாச்
சூதானது அற்ற வெளிக்கே ஒளித்துச்
சும்மா இருக்கப் போதாய்.

இப்போதே

"இனி இங்கே ஒரு கணமும் இருக்கக் கூடாது. இந்தச் சமயமே இங்கிருந்து கிளம்பிவிடு. வேறு இடத்திற்குப் போய் விடுவோம்" என்கிறார் அருணகிரி முனிவர். அது எப்படிப்பட்ட இடம்? பகலும் இரவும் அற்ற இடம்; நினைப்பும் மறப்பும் அற்ற இடம்; நமக்கு கிடைத்துள்ள ஞானச் செல்வத்தைக் கள்வர்கள் பறித்துக் கொண்டு போய் விடுவார்களோ என்று பயப்பட அவசியம் இல்லாத இடம்.

திருமுருகாற்றுப் படையில் நக்கீரர் சொல்வது இங்கே நினைவுக்கு வருகிறது. புலவன் ஒருவன் வீட்டை விட்டுப் புறப்பட்டு விட்டான். முருகன் எங்கே இருக்கிறான் எனத் தேடி, வீடு, வாசல், மாடு, மனைவி எல்லாவற்றின் மேலும் உள்ள பற்றை விட்டு விட்டுக் கிளம்பிவிட்டான். வழியில் நக்கீரர் வருகிறார். அவர் முகத்தைப் பார்க்கும் போதே அவனுக்கு, "முருகன் எங்கே இருக்கிறான்?" என்று அவரிடம் கேட்க வேண்டுமெனத் தோன்றுகிறது. 'சுவாமி, உங்களைப் பார்த்தால், ஆண்டவனுடைய அருள் அநுபவம் உடையவராகத் தோன்றுகிறதே! ஆண்டவன் முருகன் எங்கே இருக்கிறான்?' எனக் கேட்கிறான்.

"முருகனைத் தேட ஆரம்பித்துவிட்டாயா? வீட்டை விட்டும் கிளம்பிவிட்டாயா? மெத்த மகிழ்ச்சி. அப்படியானால் இனி ஒரு கணம்கூடத் தாமதிக்காதே; திரும்பிப் பார்க்காதே. அவன் அருளை இப்பொழுதே நீ பெறுவாய். உடனே புறப்படு" என்கிறார்.

"எய்யா நல்இசைச் செவ்வேல் சேஎய்
சேவடி படரும் செம்மல் உள்ளமொடு
நலம்புரி கொள்கைப் புலம்பிரிந்து உறையும்
செலவுநீ நயந்தனை ஆயின், பலவுடன்

நன்னர் நெஞ்சத்து இன்னசை வாய்ப்ப
இன்னே பெறுதிநீ முன்னிய வினையே."

நீ பிறந்த குலம் என்ன? செய்துவந்த தொழில் என்ன?' என்பன போன்ற கேள்விகளை அவர் கேட்கவில்லை. 'உடனே புறப்படு, இன்னே பெறுதி நீ " என்று சொல்கிறார்.

இப்படித்தான் ஞானிகள் இறைவனது அருளினால் ஞானத்தைப் பெற்ற மாத்திரத்தில் அவனுடைய திருவடியில் சேர்ந்து எல்லை யில்லா இன்ப நலங்களைத் துய்க்க, ஒரு கணமும் தாமதமின்றி ஓடுகிறார்கள். "நமக்குத் தெரியாமல் அவர்கள் எங்கே போய்விடு கிறார்கள்?" எனக் கேட்கலாம். அவர்களது உடல் நம்மிடையே இருந்தாலும் மனத்தால் அவர்கள் நம்மைவிட்டு வெகுதூரம் ஓடி விடுகிறார்கள்.

அப்படி ஓடிவிட வேண்டுமென்ற உள்ளம் படைத்த மக்களுக்குச் சொல்வதைத் தம் மனத்துக்குச் சொல்கிறார் அருணகிரியார். "எங்கே போவது, போனாலும் நம்மிடம் இருக்கும் ஞானச் செல்வத்தை எப்படிப் பாதுகாப்பது, என்ற கவலை இனி வேண்டாம். வேலாயுதனைத் துணையாகக் கொள்வோம். இங்கே பகல் இருக்கிறது. இரவு இருக்கிறது. ஞானத்தைக் குலைக்கும் அஞ்ஞானமாகிய சூது இருக்கிறது. எங்கே பார்த்தாலும் மனிதர்களாகவே இருக்கிறார்கள். நல்ல காற்று வாங்குவதற்குக் கொஞ்சம் கூட இடம் இல்லை. எங்கே பார்த்தாலும் மூச்சு காற்று. எங்கே பார்த்தாலும் கட்டிடங்கள். வஞ்சனையும் சூதுமே நிரம்பியிருக் கின்றன. இந்த இடத்தில் இருக்க வேண்டாம், வா. போகலாம். மனமே."

அல்லும் பகலும் இல்லாச்
சூதான தற்ற வெளிக்கே........ போதாய்.

சூதானதற்ற வெளி

இரவு அற்ற இடம் என்றால், அங்கே பகல் உண்டு என்று தோன்றும். பகல் அற்றது என்றால் இரவு உண்டு என்று ஆகும். இரண்டும் ஒன்றுக்கொன்று இனமானவை. வெண்டாமரை

என்ற சொல் செந்தாமரை என்ற இனத்தை நினைப்பூட்டுகிறது. அதைப் போல இரவு என்று சொன்னால் பகல் இருப்பது நினைவுக்கு வருகிறது. அந்த வெளியோ பகலும் இரவும் இல்லாத இடம். மறதி, நினைப்பு ஆகிய இரண்டும் அங்கே இல்லை. மறதி நினைப்பு அற்ற, இரவு பகல் அற்ற இடம்; சூது அற்ற இடம்; வெறும் வெட்ட வெளியான இடம் அது.

வெளி என்பது ஆகாசம். ஆகாசம் ஐந்து பூதங்களுக்குள் ஒன்று; மற்றப் பூதங்களை எல்லாம் தன்னுள் அடக்கி வைத்திருப்பது; அது பூதாகாசம். அந்த வெளி சூதுடைய வெளி. அதற்கு மேல் ஓர் ஆகாசம் உண்டு. அதற்குச் சிதாகாசம் என்று பெயர். அது எல்லாவற்றையும் தனக்குள் அடக்கி வைத்திருப்பது. பூதாகாசத்திற்குத் தோற்றம் உண்டு; முடிவு உண்டு. சிதாகாசத்திற்கு அவை இல்லை. முன்பு ஒரு பாட்டில், கால எல்லை, பூத எல்லை, இட எல்லை யாவையும் கடந்த ஓர் இடத்தை, 'வெறும் பாழ்' என்று சொன்னார். அந்தப் பாழைக் குறிப்பிடுக்கின்றது, "அல்லும் பகலும் இல்லாச் சூதானது அற்ற வெளி" என்பது. கால எல்லைக்குள், பூத எல்லைக்குள், மூச்சுக் காற்றுக்குள் அடங்கி வாழ்கின்ற நாம் காலனுக்குப் பயப்பட்டே வாழ வேண்டும். இந்த எல்லைகளுக்கு அப்பாற்பட்ட இடத்தில், இரவும் பகலும் அற்ற வெளியில் சிதாகாசத்தில் இருக்கின்ற இறைவனோடு நாம் போய்ச் சேர்ந்து விடலாம். அங்கே போய் ஒளித்துக் கொண்டால் வேறு யாருக்கும் தெரியாது.

தெரியாது ஒரு பூதர்க்குமே.

"ஒருயிருக்கும் தெரியாமல் யாரும் காணமுடியாத நிலைமையில், அல்லும் பகலும் அற்ற வெளியாக இருக்கிற, சூது அற்ற நிலைக்குப் போதாய்" எனச் சொல்கிறார். அங்கே போவதற்கும் வேலாயுதன் துணையாக இருப்பான். அங்கே போன பிறகும் துணையாக எப்பொழுதும் இருப்பான்.

இங்கே இருந்தால் ஒரு கணம்கூடச் சும்மா இருக்க முடிவதில்லை. எந்தச் சமயத்தில் யார் நம்மிடம் இருக்கும் செல்வத்தைப் பறித்துப் போய்விடுவார்களோ எனப் பயந்து பயந்து ஓடி ஒளிய வேண்டியிருக்கிறது. ஒரு கணம் கூடத் தூக்கம் வருவதில்லை. எப்போதும் வேலை. பகலும் வேலை; இரவும் வேலை. பகலும், இரவும் இல்லா இடத்தில் வேலையே இராது.

சும்மா இருத்தல்

சும்மா இருக்கப் போதாய்.

சும்மா இருப்பது என்பது என்ன? செயல் அடங்கி, பேச்சு அடங்கி, மனம் அடங்கி இருப்பதையே சும்மாயிருத்தால் என்பர். இந்த மூன்றையும் காஷ்ட மௌனம், வாங் மௌனம், மனோ மௌனம் என்று சொல்வர்.

அநுபவமும் ஆராய்ச்சியும்

இறைவனுடைய அருளைத் தேடிச் செல்கிறவர்கள் அதைப் பெறுவதற்கு என்ன என்னவோ முயற்சி செய்கிறார்கள். அதை அடைந்த மாத்திரத்தில் சொல் அடங்கி, செயல் அடங்கி, மனம் அடங்கிச் சிதாகாசப் பொருளோடு ஒன்றுபட்டுச் சும்மா இருக்கிறார்கள். அதுவரைக்கும் அவர்கள் பேசியிருக்கலாம். ஆனால் அநுபவத்தில் ஈடுபடும் போது எல்லாம் அடங்கிவிடும்.

இரண்டு பேர், எங்கே உயர்ந்த நல்ல சாதி மாம்பழம் கிடைக்கும் எனத் தேடிப் போனார்கள். ஒரு மாந்தோட்டத்திற்குள் வந்தார்கள். ஒருவன் தனக்குக் கிடைத்த மாம்பழத்தை கையில் வைத்துக் கொண்டு, "இந்தப் பழம் எப்படி வந்தது? இந்த மாமரத்திற்கு வயசு என்ன? இந்தச் செடி எந்த நாட்டிலிருந்து கொண்டு வரப்பட்டது?" என்று ஆராய்ச்சி செய்தான். அவன் தாவர சாஸ்திர வல்லுநன். ஆனால் மற்றவன் தன் கையில் கிடைத்த மாம்பழத்தை நன்றாகச் சுவைத்துச் சாப்பிட்டான். எதைப் பற்றியும் யோசிக்க

வில்லை. இரண்டு பேரும் மாம்பழத் தோட்டம் எங்கே இருக்கிறது என்றுதான் முதலில் ஆராய்ச்சி செய்தார்கள். மாம்பழம் கிடைத்த மாத்திரத்தில் ஒருவன் ஆராய்ச்சி செய்வதை விட்டுவிட்டான். மற்றொருவன் கிடைத்த மாம்பழத்தைக் கையில் வைத்துக் கொண்டு பின்னும் ஆராய்ச்சி பண்ணிக் கொண்டிருந்தான். ஆராய்ச்சிக்கும் பேச்சுக்கும் எல்லை உண்டு. அந்த எல்லை கடந்து செல்வதால் பயன் இல்லை.

"ஏதுக்க ளாலும் எடுத்த மொழியாலும் மிக்குச்
சோதிக்க வேண்டா"

என்று திருஞானசம்பந்தர் சொல்கிறார்.

இறைவனைப் பற்றியும் உயிரைப் பற்றியும் அவனருள் பெறுவது பற்றியும் ஆராய்ச்சி பண்ணத்தான் வேண்டும். உண்பதற்கு உணவு படைத்தால் அது உணவுதானா, அல்லது நஞ்சா என ஆராய்ச்சி செய்யலாம். அது உணவுதான் என்று அறிந்த பிறகு அதைச் சாப்பிடாமல், "இந்த அரிசியின் பெயர் என்ன? எங்கே விளைந்தது? எத்தனை நாள் பயிர்? எந்தக் கடையில் வாங்கியது?" என்றெல்லாமா துருவித் துருவி ஆராய்ச்சி செய்வது? ஆத்மாவுக்கு உண்மையான ஆனந்தத்தைத் தருபவன் இறைவன் எனத் தெரிந்து கொண்டுவிட்டால், அவன் அருளைப் பெறு வதற்கு அந்தக் கணமே உழைக்க ஆரம்பித்துவிட வேண்டாமா?

ஞானமாகிய செல்வம் கிடைத்துவிட்டால் அதைப் பாதுகாத்து அவனோடு இயைந்து சும்மா இருக்க வேண்டாமா? சும்மா இருத்தல்தான் அநுபவம்.

அருணகிரியார் உபதேச முறை

"மனமே,வா, சும்மா இருக்கலாம்" என்று அருணகிரியார் தம் மனத்தைப் பார்த்துச் சொன்னதுதான் இது.

***"தடுங்கோள் மனத்தை, விடுங்கோள் வெகுளியைத்
தானம் என்றும் இடுங்கோள்"***

என்று நேரே நம்மைப் பார்த்துச் சென்ற பாட்டில் சொன்னவர் இப்பொழுதும் தம் மனத்தைப் பார்த்துச் சொல்வது போலச் சொல்கிறார். இரண்டும் நமக்காகச் செய்த உபதேசமே.

***வேதா கமசித்ர வேலா
யுதன்வெட்சி பூத்ததண்டைப்
பாதார விந்தம் அரணாக,
அல்லும் பகலும் இல்லாச்
சூதானது அற்ற வெளிக்கே
ஒளித்துச்சும் மாஇருக்கப்
போதாய், இனிமன மே! தெரி
யாதுஒரு பூதர்க்குமே.***

[மனமே! வேதமும், ஆகமமுமான அழகிய வேலைப் படையாகக் கொண்ட முருகனது வெட்சி மலர் மலர்ந்தாற் போல விளங்கும் தண்டையை அணிந்த பாதமாகிய தாமரையே பாதுகாப்பாக நிற்க, இரவும் பகலும் இல்லாத,சூது அற்ற சிதாகாச வெளியில் ஓருயிருக்கும் தெரியாமல் உலகினின்றும் ஒளித்துச் செயலற்று இருக்க, இப்போது வருவாயாக.

வேதம், ஆகமம் ஆகிய சித்ரவேல். சித்ரம் - அழகு; வியப்புக்குரியது என்றும் சொல்லலாம். அரண் - பாதுகாப்பு. அல் - இரவு. சூது அஞ்ஞானத்தால் விளையும் நிகழ்ச்சிகள். வெளி - சிதாகாசம். போதாய்- வருவாயாக. பூதர் - உயிரையுடையோர்.]

செல்லும் பொருளும் செல்லாப் பொருளும்

பலவகை உபதேசம்

கந்தர் அலங்காரப் பாடல்கள் யாவும் ஒரே வகையில் அமைந்தவை அல்ல. அருணகிரியார் தம்முடைய அநுபவ நிலையிலிருந்து சொல்லும் பாடல்கள் பல. உலகினருக்குப் பயன்படும் உபதேசங்களாக உள்ளவை பல. அப்படிச் செய்யும் உபதேசங்கள் ஒரே மாதிரியாக இருந்தால் அதற்கு ஏற்ற நிலையில் இருப்பவர் கள் மாத்திரம் பயன் அடைவார்கள். மிக உயர்ந்த பக்குவிகளும் மிகத் தாழ்ந்த நிலையில் இருக்கும் அபக்குவிகளும் உலகில் வாழ்கிறார்கள். அவரவர்களுக்கு ஏற்ற வகையில் வெவ்வேறு உபதேசங்களை அருணகிரியார் அருளியிருக்கிறார்.

மிக நன்றாகப் படித்த ஒருவர் மிக உயர்ந்த நிலையில் பேசினால் பலருக்கு விளங்காது. எல்லோருக்கும் புரிய வேண்டுமென்பதற்காகக் கொஞ்சம் எளிய நடையில் பேசினாலோ, "இது என்ன சந்தைக் கடையா?" என்று படித்தவர்கள் சொல்வார்கள். எல்லாவகையிலும் பேசினால் யார் யாருக்கு எது பிடிக்குமோ அதை எடுத்துக் கொள்வார்கள். எல்லோருக்கும் பயன்படும் வகையில் தெளிவாகப் பேசக் கூடியவர் சகலகலா வல்லுநராக இருக்க வேண்டும்.

தாம் பெற்ற இன்பத்தைப் பிறரும் பெறும்படியாகச் செய்கிறவர்களே சிறந்த ஆசாரியர்கள். அவர்கள் உயர்ந்த அநுபவ நிலை யிலிருந்தே பேசினால் பலருக்கு விளங்காது. தாழ்ந்த நிலைக்கு இறங்கி வந்து மாத்திரம் பேசினால் உலகத்தோர் மதிக்க மாட்டார்கள்; 'இவரும் நம்நிலையில் தானே இருக்கிறார்?' என்று எண்ணிவிடுவார்கள். அதனால்

உலகியல் வாழ்க்கையில் தொடர்புடைய மக்கள் தங்கள் தங்கள் மனப் பக்குவத்திற்கு ஏற்பப் பயன் அடையக் கூடிய பல வழியில் அருணகிரியார் உபதேசம்செய்கிறார்.

பெருமையும் கருணையும்

தம் அநுபவத்தைச் சொல்லும்போது அவருடைய பெருமை தெரிகிறது. இறங்கி வந்து பேசும்போது அவருடைய கருணை வெளியாகிறது. இந்த இரண்டு நிலைகளிலும் அவர் இருப்பது அவருடைய சிறப்பை மிகுதிப்படுத்துகிறது.

அருணகிரியார், மனம் அடங்காதவர்களுக்கும் நல்வழி காட்டுகிறார். மனம் அடங்கிய பிறகு எந்த வழியில் போக வேண்டு மென்று தெரியாதவர்களுக்கும் வழிகாட்டுகிறர். போன பாட்டில் நல்ல மனம் உடையவர்கள், பக்குவம் இருந்தும் வழி தெரியாது நிற்கும்போது, மேற்கொள்ளும் நெறியைத் தம் மனத்தைப் பார்த்துச் சொல்வது போலச் சொல்லி வழி காட்டினார்.

இந்தப் பாட்டு மிகக் கீழ் நிலையில் உள்ளவர்களும் பயன் பெற வேண்டுமென்று பாடுவது; எல்லாவற்றுக்கும் அடிப்பீடமாகிய அறத்தைச் சொல்வது.

நாணய மாற்றம்

ஓர் ஊரிலிருந்து மற்றோர் ஊருக்குப் போகிறவர்கள் மூட்டை முடிச்சுக்களைக் கட்டிக் கொண்டு போவார்கள். நீண்ட தூரம் போகிறவர்கள் பணத்தை முடிச்சாகக் கொண்டு போவது வழக்கம்; அல்லது நோட்டாக மாற்றிக் கொண்டு போவார்கள். வெளி நாட்டுக்குப் போகிறவர்கள் இந்த நாட்டுப் பணத்தை நிறைய எடுத்துக் கொண்டு போனாலும் பயன் இல்லை. அந்த நாணயம் போகும் தேசத்தில் செலாவணி ஆகாது. அங்கே செலாவணி ஆகக் கூடிய வகையில் நாணய மாற்றம் செய்யும் காரியாலயத்தில் அந்தத் தேசத்து நாணயமாக மாற்றிக் கொண்டு போக வேண்டும்.

ஆகவே, "அந்த ஊரில் எந்த நாணயம் செல்லும்? நம்மிடம் இருக்கும் நாணயத்தை, அந்த ஊரில் செல்லும் நாணயமாக எப்படி மாற்ற வேண்டும்?" என்பன போன்ற விஷயங்களை வெளிநாடு போகிறவர்கள் தெரிந்து கொள்ள வேண்டும்.

நீண்ட பயணம்

இந்த உலகத்தில் பிறந்தவர்கள் எல்லோருக்கும் நெடுந்தூரப் பயணம் ஒன்று உண்டு. உலகத்தில் பிறந்த யாராலும் இந்தப் பிரயாணத்தைத் தவிர்க்க முடியாது.

இந்த நெடுவழிப் பிரயாணத்திற்கு முன்கூட்டியே பாதுகாப்புச் செய்ய வேண்டும். இங்கே சுகமாக இருந்தாலும் இல்லா விட்டாலும் போகிற இடத்திலாவது சுகமாக இருக்க வேண்டுமென்ற ஆசை எல்லோருக்கும் இருப்பது இயல்பு.உள்ளே இருக்கும் போது அழுக்குச் சட்டை, வெளியே போகும் போது வெள்ளைச் சட்டை என்று நாம் திட்டம் வைத்துக் கொள்கிறோம். அதே போலப் போகிற இடத்தில் சுகமாக இருக்க வேண்டுமென்று விரும்புகின்ற நாம், அப்படி இருப்பதற்கு வழி என்ன என்பதைச் சிந்திக்க வேண்டும். ஆனால், நாம் அப்படிச் சிந்திப்பதில்லை. இந்த உலகத்தில் நம்மிடம் உள்ள செல்வத்தை அந்த உலகத்தில் பயன் படுவதற்கு ஏற்ற வகையில் மாற்றிக் கொள்ள மறந்துவிடுகிறோம்.

இங்கும் அங்கும்

இங்கே உடம்பை நன்றாகப் பார்த்துக் கொள்ள வேண்டும். தூய்மையானதாக வளர்த்துக் கொள்ள வேண்டும். இல்லா விட்டால் மக்கள் மதிக்கமாட்டார்கள். வேறு உலகத்திற்குப் போனால் மனத்தை வளர்த்துப் பக்குவப்படுத்த வேண்டும்.

ஆயிரம் புத்தகங்கள் படித்திருந்தாலும் மிக்க அறிவுடை யவனாக இருந்தாலும் ஓர் இடத்திற்குப் போகும் போது நல்ல ஆட டம்பரமான மேலாடை இல்லாமல் போனால் என்ன மதிப்புக் கிடைக்கும்? எந்த வகையில் பார்த்தாலும் தோற்றம்

நன்றாக இருக்க வேண்டும். இங்கே உடம்பின் தோற்றம் நன்றாக இருக்க வேண்டும். அங்கே உள்ளத் தோற்றம் நன்றாக இருக்க வேண்டும். இங்கே ஆடை அழுக்கு இல்லாமல் இருக்க வேண்டும். அங்கே மனம் அழுக்கு இல்லாமல் இருக்க வேண்டும்.

மன அழுக்கை மாற்றிக் கொண்டு போனால் போதுமா? அங்கே சாப்பாடு வேண்டாமா? இந்த உலகத்தில் நம்மிடம் இருக்கும் செல்வத்தை அந்த உலகத்தில் செலாவணி ஆகின்ற நாணயமாக மாற்றிக் கொள்ள வேண்டும். வேறு உலகத்தில் செலாவணி ஆகின்ற நாணயம் எது? அதுதான் புண்ணியம்; அது அறத்தினால் வருவது.

நம்பிக்கை

வேறு உலகத்தில் செலாவணி ஆகும் நாணயங்களைப் பெறுவதற்கு இந்த உலகத்தில் நம்மிடமுள்ள நாணயங்களைத் தர்மத்தில் செலவிட வேண்டும். இங்கே செய்கிற தர்மம் அங்கே பயன்படும் என்ற நம்பிக்கை இருந்தால் தான் அப்படிச் செலவிட மனம் வரும்.

உடனே கண் முன்னாலே பயன் கிடைக்கும் என்று இத்தகைய செயல்களில் எதிர்பார்க்க இயலாது. நல்ல காரியம் செய்யும் போது ஐயங்கள் உண்டாகின்றன. 'இறைவனுக்குக் குடம் குடமாகப் பால் அபிஷேகம் செய்கிறார்களே; இதனால் என்ன பயன்? எத்தனையோ குழந்தைகள் குடிக்கப் பால் இன்றித் தவிக்கும் போது எதற்காக இப்படிப் பாலைக் கொட்ட வேண்டும்?' என்பது போன்ற சந்தேகம் எழும். அதற்குக் கண் முன்னாலே ஒரு பயனும் தோன்றவில்லை அல்லவா? "இறைவனுக்குப் பால் அபிஷேகம் செய்தால் உயர்வு" என்று சொல்லியிருக்கிறார்கள். ஆனால் எவ்வளவு பால் அபிஷேகம் செய்ய வேண்டுமென்று சொல்லவில்லை. வீட்டில் குழந்தை பாலுக்காகக் கதறும் போது, இறைவனுக்குப் பால் அபிஷேகம் செய் என்று சொல்லவில்லை. எவ்வளவு இயலுமோ, அந்த அளவுக்குச் செய்தால் போதும்.

பால்வளம்

நம்முடைய நாட்டில் எங்கே பார்த்தாலும் முன் காலத்தில் பசுக்கள் மிகுதியாக இருந்தன. வறுமையான வீட்டில் கூட ஒரு மாடு இருந்தது. சங்க காலத்து நூலாகிய குறுந்தொகையில்,

"ஓரான் வல்சிச் சீரில் வாழ்க்கை"

என்று வருகிறது. ஒரு பசுமாத்திரம் ஒரு வீட்டில் இருந்தால் அந்த வீட்டார் வாழ்க்கை சிறப்பில்லாத வாழ்க்கையாம்.

அப்படி இருந்த நாட்டில் இப்பொழுது நமக்குப் பால் போதியதாக இல்லை. பால், தயிர், நெய் ஆகியவற்றில் எதுவும் சுத்தமானதாகக் கிடைக்கவில்லை. நம்முடைய வாழ்க்கை சீருடைய வாழ்க்கை ஆகாது. வறுமை மிகுதியான வீட்டில் ஒரு மாடாவது அந்தக் காலத்தில் இருக்கும் என்றால் எத்தனை பசுக்கள் நாட்டில் இருந்திருக்கும்!

"வாங்கக் குடம்நிறைக்கும் வள்ளல் பெரும்பசுக்கள்" என்று ஆண்டாள் பாடியிருக்கிறாள். மனிதர்களுடைய தொகையைக் காட்டிலும் அதிகமாகப் பசு மாடுகளின் தொகை இருந்தமையால், தேவைக்கு அதிகமான பால் மிகுதியாகக் கிடைத்த காலம் அது.

தேவைக்குமேல் பால் கிடைக்குமானால் மிஞ்சும். மிஞ்சின பாலை அப்படியே வைத்துப் பல நாளுக்குக் காப்பாற்ற முடியாது; புளித்துப் போய்விடும். பால் பயனின்றி வீணாகிறது என்ற எண்ணம் மக்களுக்கு உண்டாகி விட்டால் பால் கறக்கும் ஆர்வம் குறைந்து போகும்; பசுக்களைப் பேணும் உற்சாகமும் போய்விடும்.

சில ஆண்டுகளுக்கு முன் அமெரிக்காவில் தேவைக்கு மேல் அதிகமாகக் கோதுமை விளைந்தமையால் அவற்றைக் கப்பலில் எடுத்துப் போய்க் கடலில் கொட்டினார்கள். அடுத்த ஆண்டு கோதுமை விளைச்சல் குறைந்துவிட்டதாம். காரணம் என்ன? "சென்ற ஆண்டு கோதுமை விளைவித்தோம். அதைக்

கடலில் கொண்டு போய்க் கொட்டினார்கள். எதற்காக இவ்வாண்டு அவ்வளவு உழைக்க வேண்டும்?" என்று பலர் உற்சாகம் குன்றி யிருக்கக் கூடும். அப்படி இல்லாமல் எத்தனை விளைந்தாலும் அதற்குச் சிறந்த விநியோகம் உண்டென்று தெரிந்தால், மேலும் மேலும் விளைச்சல் அதிகமாகிக் கொண்டே வரும்.

கோதுமை அளவுக்கு மிஞ்சி அமெரிக்காவில் விளைந்தது போல இந்நாட்டில் பால் அதிகம் இருந்தது. இறைவனுக்கு அபிஷேகம் செய்வது உயர்வு என்று சொன்னார்கள். படிப்பால் மிஞ்சியவனும் படிப் பால் அபிஷேகம் செய்தான். குடப்பால் மிஞ்சியவனும் குடப் பால் அபிஷேகம் செய்தான். மேற் கொண்டு இருவரும் பசுக்களைப் பேணி வளர்த்து, பால் அதிகம் கறந்தார்கள். மிஞ்சினால் பின்னும் அதிகப் பயனுள்ள காரியத்துக்குப் பயன்படுகிறது என்ற எண்ணம் இருந்ததே இந்த ஊக்கத்துக்குக் காரணம்

"பால் குறைவாக இருக்கும் காலத்தில் அபிஷேகம் செய்ய வேண்டியது அவசியமில்லையே?" என்ற கேள்வி எழலாம். ஒரு வழக்கம் இடைவிடாமல் இருந்தால்தான் சமயத்தில் நல்ல பயனைத் தரும். பால் இல்லாத காலத்தில் அபிஷேகத்தை நிறுத்தி விட்டால் மீண்டும் அந்தப் பழக்கம் வருவது எளிதன்று. அதனால் தான் எப்போதும் பால் அபிஷேகம் செய் என்றார்கள். இவ்வளவு பால்தான் அபிஷேகம் செய்ய வேண்டுமென்று வற்புறுத்தவில்லை. வழக்கத்தை விடாதே என்று மட்டும் சொன்னார்கள். ஓர் உத்தரணி விட்டாலும் போதும். உலகியலுக்கும் அருளியலுக்கும் ஒத்த பழக்கம் இது.

நம்மிடம் இருக்கும் மிகுதியான பொருளை இறைவனுக்கு நாம் அர்ப்பணம் செய்தால் நம்மிடம் இல்லாத பொருளை அவன் நமக்கு அளிக்கிறான் என்ற நம்பிக்கை பக்தர்களுக்கு இருந்தது. 'இறைவனுக்கு நாம் பால் அபிஷேகம் செய்வதனால் கண்ணுக்கு முன்னாலே என்ன பயன்?' என்று இப்போது கேட்கிறார்கள். தென்ன மரத்துக்கு வேரிலே

விடுகின்ற தண்ணீர் இளநீராக வருகிறது. அப்படி இறைவனுடைய திருவடிக்கு நாம் பக்தியால் செய்பவை அவன் அருளாக மாறிப் பயன் தருகின்றன. அறத்தில் நம் பொருளையும்,ஆற்றலையும் செலவிட்டால் அது புண்ணிய மாக மாறி மறுமைக்குப் பயன்படுகின்றது.

பாங்கில் உள்ள பணம்

பாங்கில் பணம் போடுகிறோம். பாங்கில் இருப்பவர்கள் நம்முடைய பணத்தை அப்படியே மூட்டை கட்டி வைப்பதில்லை. ஆனால் நம் பணம் அங்கே இருக்கிறது என்பதற்குக் கணக்கு உண்டு. கோயில் கட்டுபவன், தண்ணீர்ப் பந்தல் வைக்கிறவன், ஏழைகளுக்கு உபகாரம் செய்கிறவன் ஆகிய பலர் செய்யும் நற்செயல்களும் இறைவனுடைய அருளாட்சிப் பாங்கில் அடையாளமிட்டு வைக்கப்பட்டிருக்கின்றன. அந்தப் பணத்துக்குரிய கணக்கு நமக்குத் தெரியாது. அந்த உலகத்தில் நமக்குப் பயன் படுவதற்குத் தகுந்த நாணயமாக அவை மாறுகின்றன.

"இவ்வுலகிலுள்ள மக்கள் எல்லோரும் கடைசியாகச் செய்ய வேண்டிய பிரயாணம் ஒன்று இருக்கிறது. அது நெடுவழி. அந்த வழியில் செல்லும்போது நமக்குப் பயன்படும் செல்வத்தை நாம் தேடிக் கொள்ள வேண்டாமா?" என்று கேட்டால் ஒருவர், "என்னிடம் பத்து வீடுகள் இருக்கின்றன. பத்து லட்சம் ரூபாய் இருக்கிறது. அவற்றை வெள்ளி ரூபாயாகவே கட்டி வைத்திருக் கிறேன், இவை பயன்படாவா?" என்கிறார். அருணகிரியார், "இவை யாவும் போகக்கூடிய உலகத்தில் உனக்குப் பயன்படுவ தில்லையே!" என்கிறார். "அப்படியா? இவற்றால் எனக்குப் பயன் உண்டாக வேண்டுமென்றால் என்ன செய்ய வேண்டும்?" என்று மறுபடியும் கேட்டால், அவர் சொல்கிறார்.

வையிற் கதிர்வடி வேலோனை
வாழ்த்தி, வறிஞர்க்குஎன்றும்
நொய்யிற் பிளவள வேனும்

பகிர்மின்கள்; நுங்கட்குஇங்ஙன்
வெய்யிற்கு ஒதுங்க உதவா
உடம்பின் வெறுநிழல்போல்
கையில் பொருளும் உதவாது
காணும் கடைவழிக்கே.

"அந்தப் பயணத்திற்கு நம் கையில் வைத்திருக்கும் பணம் உதவாது. அந்த உலகத்தில் செலாவணி ஆகக் கூடிய பணம் ஒன்று சொல்கிறேன். உங்களிடம் இருக்கும் பணத்தை எந்தப் பாங்கில் கொடுத்து, அந்தப் பணமாக மாற்ற வேண்டும் தெரியுமா? பணம் இல்லாத வறியவராகிய பாங்கில் போட்டு மாற்ற வேண்டும்" என்கிறார்.

நேர் மாறு

உலகியலும் அருளியலும் சில சமயங்களில் நேர்மாறாகத் தோன்றும். மிக்க ஆடம்பரமாக உடையணிந்து கொண்டிருக்கும் பெரிய பணக்காரனை உலகியலில் மதிக்கிறார்கள். அவன் ஞானியாக மாட்டான். வீதியில் ஓடு ஏந்திக் கோவணம் கட்டிக் கொண்டு போகும் சிலரை ஞானிகள் என்கிறோம். அருளியலில் அவர் களுக்குத்தான் மதிப்புண்டு. இறைவனே கபாலியாகத் தோற்றம் அளிக்கிறான். நம்மிடம் இருக்கும் பணத்தை நாம் பணம் நிறைய இருக்கும் பாங்கில் போடுகிறோம். உலகத்துச் செல்வ நிலை இது. ஆனால் வறிஞர்களாகிய பாங்கில் போடச் சொல்கிறார் அருணகிரியார். இது தலைகீழ்ப் பாடமாகத் தோன்றுகிறது.

போன பாட்டிலே, நம்மிடத்தில் இருக்கும் ஞானமாகிய செல்வத்தைப் பிறர் களவாடிக் கொண்டு போகாமல் இருக்க நமக்கு வேதாகம சித்திர வேலாயுதன் துணையாக வருவான் என்று சொன்னார். நாம் செல்கின்ற இடத்தில் செலாவணி ஆகும் பொருளை நம்மிடம் வைத்திருந்தால் வழியில் நமக்குத் துணையாக வருகிறவனும் அவனே.

இவ்வுலகில் நம்மிடம் இருக்கும் செல்வத்தை எப்படி மாற்ற வேண்டும்?

வையிற் கதிர்வடி வேலோனை வாழ்த்தி...
பகிர்மின்கள்

(வை கூர்மை.) கூர்மையான கதிரை வீசும் வடிவேல் பெருமானை வாழ்த்தி, அவனைத் தொழுது, தர்மம் செய்ய வேண்டும்.

செருக்கு அற

தர்மம் செய்வோருக்குச் செருக்கு உண்டாவதுண்டு. நல்ல காரியங்கள் செய்பவர்கள் கர்வம் அடைவார்கள். தவம் செய்வோருக்கும் அகங்காரம் வந்துவிடுகிறது. மனித வாழ்வில் கடைசியில் நினைவு செத்துப்போகும்; இந்திரியம் செத்துப் போகும்; ஆசை செத்துப் போகும். ஆனால் நான் என்ற உணர்ச்சி கடைசி வரையில் செத்துப் போகாது. எதைச் செய்தாலும், "நான் செய்தேன்" என்ற நினைவு வரும்.

புகழ் ஆசை

நாலு பேர் புகழ வேண்டும் என்பதற்காகச் சிலர் தர்மம் செய்கிறார்கள். அவர் எதிர்பார்த்த புகழ் கிடைத்துவிட்டால் அவருக்கு அந்தத் தர்மத்துக்குரிய பயன் அப்பொழுதே கிடைத்தாகிவிடுகிறது; இனி மறு உலகில் கிடையாது.

நாம் ஒரு கூலியாளுக்கு இரண்டு ரூபாய் முன் பணம் கொடுக்கிறோம். அவன் நாளைக்கு வந்து செய்ய வேண்டிய வேலைக்காகக் கொடுக்கிறோம். அப்படியின்றி அவனிடம் இரண்டு ரூபாயைக் கொடுத்துவிட்டு, அன்றைக்கே வேலையை வாங்கிக் கொண்டுவிட்டால் நாளை வந்து அவன் செய்கின்ற வேலைக்குப் புதுக் கூலி கேட்பான். நேற்றே கொடுத்தேனே என்றால், நேற்றைக்குக் கொடுத்தது நேற்று வாங்கிக் கொண்ட வேலைக்குச் சரியாகப் போய்விட்டது என்பான். இவ்வுலகில் நாம் லட்ச லட்சமாகத் தர்மம்

செய்துவிட்டுப் பலபேர் புகழ வேண்டுமென்று நினைத்தால், அந்தத் தர்மத்திற்குரிய விலையாகப் புகழ் கிடைக்கிறது. மறுபடியும் பயன் எப்படி வரும்? ஆகவே, தர்மம் செய்யும் போது நான் செய்கிறேன் என்று நினைத்துச் செய்யக் கூடாது; புகழை எதிர்பார்த்தும் செய்யக் கூடாது.

உலகில் பொருள் பெறுவது எளிது. உயர் குணங்கள் நிரம்பியவனிடத்திலும் பொருள் இருக்கிறது. தவறான காரியங்கள் செய்கின்றவனிடத்திலும் பொருள் இருக்கிறது. ஆகவே பொருளைப் பெறுவது கடினம் அல்ல. ஆனால் அதைக் கொடுப்பது அருமை. கொடுப்பதிலும் தன்னை மறந்து கொடுப்பது மிகமிக அருமை. ஈதலின் நோக்கமே ஆசைகளை அழிப்பதுதான். ஆதலால் புகழாசையை அந்த ஈகை உண்டாக்கக் கூடாது.

பொருளால் அருள்

சிலருக்கு எத்தனை முயன்றும் பொருள் கிடைப்பதில்லை. ஆனால் சிலருக்கு மிகுதியான பொருளைக் கொடுத்திருக்கிறான் இறைவன். எதற்காக?

"இரப்பவர்க்கு ஈயவைத்தார் ஈபவர்க்கு அருளும் வைத்தார்" என அப்பர் சுவாமிகள் சொல்கிறார். மக்களுக்கு அருள் புரிவதற்காக இறைவன் அவர்களிடம் மிகுதியான பணத்தைக் கொடுக்கிறான். அந்தப் பணத்தின் மேல் அவர்கள் ஆசை வைக்காமல், அதைக் கொடுத்தவன் இறைவன் என எண்ணி, இரப்பவர்களுக்கு எல்லாம் தம்மிடம் இருப்பதை இல்லையென்று ஒளிக்காது ஈந்தால் அவர்களுக்கு இறைவன் அருளைக் கொடுக்கிறான்.

"கரப்பவர் தங்கட் கெல்;லாம்கடுநர கங்கள் வைத்தார்."

தம்மிடம் பொருள் இருந்தும், இரப்போர்க்குக் கொடுக்காமல், இல்லை எனச் சொல்லி மறைத்து வைத்துக் கொள்கிறவர்களுக்குக் கடுமையான நரகத்தை வைத்திருக்கிறானாம். நம்மிடம் பொருள் மிகுதியாக

இருந்தால், இறைவன் அருள் பெற மிகுதியான வாய்ப்பு இருக்கிறது என்று கொள்ள வேண்டும். அருள் வருகின்ற வாய், பொருள் என்ற கார்க்கினால் அடைபட்டிருக்கிறது. புட்டிக்குள் இருக்கும் பொருள் வேண்டுமென்றால் மேலே மூடியிருக்கிற கார்க்கை எடுத்து எறிய வேண்டும். அந்தக் கார்க்கை எடுக்காமல் பார்த்துக் கொண்டே இருந்தால், உள்ளே இருக்கிற பொருளை நுகர முடியுமா? அருள் வருகின்ற வாயை அடைத்துக் கொண்டிருக்கும் பொருளை இரப்போர்க்கு எல்லாம் இல்லை யென்னாது கொடுத்தால் ஆண்டவன் அருள் வரும். அந்தப் பொருளைத் தன்னுடையது என்று வைத்துக் கொண்டால் அருள் வராது.

அருள் பாலிக்க வேண்டும் என்ற பெருங்கருணையுடன் இறைவன் சிலரிடம் மிகுதியான பொருளைக் கொடுத்திருக்கிறான். "எந்தக் குழந்தை நாம் கொடுத்த பொருளைக் கையாராப் பிறருக்கு எடுத்துக் கொடுக்கிறது?" என்று அவன் பார்த்துக் கொண்டிருக்கிறான். அக்குழந்தைக்கு அருளை வழங்குகிறான்.

அருளைப் பெறுவதற்குத் துணையான பொருளை நம்மிடம் கொடுத்திருக்கிறான் என்று உணர்ந்தால் அவனை வாழ்த்த வேண்டாமா? வேறு உலகத்திலே பயன்படுகிற நாணயமாக மாற்றுவதற்கு உரிய பொருளையும் நம்மிடம் கொடுத்து, பயணம் புறப் பட்ட பின்பு, 'நானும் உன்னுடன் துணையாக வருகிறேன்' என்று வேலைப் பிடித்துக் கொண்டு நிற்கும் அவனை வாழ்த்துவது நம் கடமை. ஆகையால், வையிற் கதிர்வடி வேலானை வாழ்த்தி வறிஞர்களுக்குக் கொடுக்க வேண்டும் என்று அருணகிரிப் பெருமான் சொல்கிறார்.

நாலு பேர் காணக் கொடுக்க வேண்டும் என்ற எண்ணம் கர்வத்துக்கு அறிகுறி. ஆயிரம் ஆயிரம் கோயில்களை இந்நாட்டில் எழுப்பியிருக்கிறார்களே, அவற்றை எல்லாம் எழுப்பியவர் யார் என்று நமக்குத் தெரியுமா? ஆண்டவன் பெயரை வெளிப்படுத்தி, தம் பெயரை மறைத்துக் கொண்டு விட்டார்கள் அவர்கள். காரணம் என்ன? "நான் செய்தேன்"

என்ற நினைப்பு அற்று, எல்லாம் இறைவன் திருவருளால் நிகழ்க்கின்றன என்ற எண்ணத் தில் தம்மை மறந்து தர்மம் செய்த பெரியவர்கள் அவர்கள்.

நான்கு குற்றம்

"அழுக்காறு அவாவெகுளி இன்னாச்சொல் நான்கும்
இழுக்கா இயன்ற தறம்"

என்றார் வள்ளுவர். 'அவன் தர்மம் பண்ணிப் புகழ் பெறுகிறானே; நாம் குறைந்து விட்டோமா? அவனுக்கு மேல் கொடுக்க வேண்டும்" என்று எண்ணிக் கொடுப்பது பொறாமையின் விளைவு. அது அறம் ஆகாது. "இது செய்தால் எனக்குப் புகழ் கிடைக்கும்; பிறர் நமக்கு உதவி செய்வார்கள்'' என்று நினைப்பது அவா. அதுவும் தவறு. எப்போதும் தொந்தரவு பண்ணிக் கொண்டே இருக்கிறா னென்று சிடுசிடுவென்ற முகத்தோடு வீசுவது சினம். "இதைத் தொலைத்துக் கொண்டு போ" என்பது இன்னாச் சொல். இந்த நான்கும் இல்லாமல் செய்யும் தர்மம் உயர்ந்தது என்று வள்ளுவர் சொல்கிறார்.

இறைவன் திருவருளினால் கொடுக்க வாய்ப்புக் கிடைத் திருக்கிறது" என்ற நினைப்பு இவற்றை அழிக்கும். 'ஒரு கை கொடுப்பது மற்றொரு கைக்குக்கூடத் தெரியக் கூடாது' என்பர். கையா கொடுக்கிறது? கையை உடையவன் கொடுக்கிறான்; கை கருவியாக நின்று கொடுக்கிறது. நாம் கொடுக்கிறோம் என்று கை நினைப்பது இல்லை. அது போல நம்மைக் கருவியாகக் கொண்டு இறைவன் கொடுக்கிறான் என்று உணரவேண்டும். நாம் நம் விருப்பப்படி கொடுக்கிறோம் என்ற எண்ணம் தக்க தன்று. நினைத்தபடி செய்யக் கூடிய ஆற்றல் நம்மிடம் இருக்குமானால் எத்தனையோ அரிய செயல்களைச் செய்வோம். அவ் வாற்றல் நம்மிடம் இல்லை. அப்படி இருக்க, நாம் கொடுக்கிறோம் என ஏன் நினைக்க வேண்டும்? ஆண்டவனது சித்தப்படி

கொடுப்பதற்கு மனம் முந்துகிறது; கை கொடுக்கிறது என்றே எண்ண வேண்டும்.

கொடுக்கும்போது அன்புடன் கொடுக்க வேண்டும். இறைவனிடத்தில் அன்பு வேண்டும்; இரப்பவனிடத்திலும் அன்பு வேண்டும். நாம் கருவியாக இருந்து கொடுக்கிறோம் என்று நினைந்து கொடுக்க வேண்டும். "வையிற் கதிர் வடி வேலானை வாழ்த்திக் கொடு" என்று அருணகிரியார் சொல்கிறார்.

யாருக்கு?

யாருக்குக் கொடுக்க வேண்டும்? "வறிஞர்க்கு என்றும் கொடுங்கள்" என்கிறார். யார் வறுமை உடையவர்களோ அவர்களுக்குக் கொடுப்பது கொடை.

"வறியார்க்கு ஒன்று ஈவதே ஈகைமற் றெல்லாம்
குறிஎதிர்ப்பை நீர் துடைத்து"

என்கிறார் வள்ளுவர். 'வறியார்க்குக் கொடுப்பதே கொடை. மற்றவர்களுக்குக் கொடுப்பது, பின்னாலே நமக்கு வேறு வகையில் உதவி அவராலே கிடைக்கும் என்று எதிர்பார்த்துக் கொடுப்பதே ஆகும்' என்பது அவர் கருத்து.

நடைமுறைக்கு ஏற்ற உபதேசம்

"நான் எப்படிக் கொடுக்க முடியும்? எனக்கு என்ன சக்தி இருக்கிறது?" என்று சிலருக்குச் சந்தேகம் வரும். சிலர் பிச்சைக் காரர்கள் தம் வீட்டுக்கு வந்தால், "என்னிடம் பிச்சை கேட்க வந்தாயா? நீ வெளியில் வந்துவிட்ட பிச்சைக்காரன்; நான் உள்ளே இருக்கிற பிச்சைக்காரன்'' என்று சொல்வதைக் கேட்டிருக்கிறோம். "நமக்கு இருந்தால்தானே பிறருக்குக் கொடுக்க முடியும்?" என்று கேட்பவர் பலர். அருணகிரியார் இது தெரிந்து சொல்கிறார்:

வையிற் கதிர்வடி வேலோனை
வாழ்த்தி வறிஞர்க்குஎன்றும்
நொய்யிற் பிளவள வேனும்
பகிர்மின்கள்

"நீ இரண்டு வேளை சாப்பிடுகிறாய் அல்லவா?"

"இல்லை; ஒரு வேளைதான் சாப்பிடுகிறேன்."

"சரி; அந்த ஒரு வேளையாவது அரிசிச் சோறு சாப்பிடுகிறாய் அல்லவா?"

"இல்லையே! அந்த ஒரு வேளையும் கஞ்சிதானே சாப்பிடுகிறேன்?"

"சரி, நீ கஞ்சிக்கு நொய் போடுகிறாய் அல்லவா? அந்த நொய்யிலும் உடைந்த நொய் இருக்கிறது. நீ நொய்யைச் சாப்பிடு. நொய்யிலும் உடைந்த குறுநொய் இருக்கிறதே, அதையாவது பிறருக்குக் கொடுக்கலாமே" என்கிறார்.

ஓர் அரிசியில் உடைந்தது நொய். அதில் குறைந்தது குறு நொய். அதைக் குறுணை என்று இப்பொழுது சொல்கிறோம். பெரிய விருந்தாக வைத்தால் தான் தர்மம் என்று ஆகாது. "நீ விருந்து போடவேண்டும் என்ற கட்டாயம் இல்லை. சோறு சாப்பிட்டால் அதில் ஒரு பகுதியைத் தர்மமாகக் கொடுக்கலாம். அரிசியாகவே கொடுக்க வேண்டு மென்பதில்லை. நொய் கூடக் கொடுக்க முடியாது என்றால் அதிலும் உடைந்த குறுநொய் இருக்கிறது. அதைக் கொடுக்கக் கூடாதா?" என்கிறார்.

குறிப்பு

வறிஞர்க்கு என்றும்
நொய்யிற் பிளவள வேனும் பகிர்மின்கள்.

"நொய்யிற் பிளவள வேனும்" என்று உம் போட்டுச் சொல்வதன் பொருள் என்ன? நொய்யில் பிளவுதான் கொடுக்க வேண்டுமென்பது இல்லை.

ஒரு பணக்காரனிடம் ஏழைப் பிள்ளை ஒருவன் வந்து, ""ஐயா, நான் படிப்பதற்கு மிகவும் துன்பப்படுகிறேன். ஒரு புத்தகம் வாங்கிக் கொடுங்கள்" என்று சொன்னால் ஒரே ஒரு புத்தகம் வாங்கிக் கொடுங்கள் என்று பொருள் ஏற்படும். அப்படி இல்லாமல், "ஒரு புத்தகமாவது வாங்கிக் கொடுங்கள்" என்றால் என்ன பொருள், "எல்லாப் புத்தகங்களையும் வாங்கிக் கொடுத்தால் நல்லது" என்ற குறிப்பு அதில் தோன்றுகிறது. அதைப் போல், "நொய்யிற் பிளவள வேனும் பகிர்மின்கள்" என்றால், "உங்களிடம் இருப்பது எல்லாவற்றையும் கொடுத்தாலும் கொடுக்கலாம். அது நல்லது" என்ற குறிப்புத் தோன்றுகிறது. பிளவளவு கடைசிப் பட்சம்; உயர்ந்த பட்சத்துக்கு அளவு இல்லை.

யாரோ ஒரு பெரிய பணக்காரக் கிறிஸ்துவரிடம் ஒரு பிச்சைக்காரன் வந்தான். அவனுக்கு அந்தப் பணக்காரன் ஒரு தம்படி கொடுத்தான். அந்தப் பிச்சைக்காரன், "நீயும் நானும் சகோதரர்கள் என்று கர்த்தர் சொல்கிறார். உன்னுடைய சொத்தில் பாதிக்கு உரிமை உடைய எனக்கு ஒரு தம்படி போடுகிறாயே?" என்று கேட்டானாம். அதற்கு அந்தப் பணக்காரன், "ஆம்; அவர் சொன்னது உண்மை. அவர் சொன்னதை எண்ணி நான் என்னிடம் இருக்கும் பணத்தை எல்லாம் பிரித்து எல்லாக் கிறிஸ்துவர்களுக்கும் கொடுப்பதானால் உனக்கு இந்த ஒரு தம்படி கூட வராது. ஆகவே அந்தத் தம்படியையும் கொடுத்துவிட்டுப் போ அப்பா' என்றாராம். பிச்சைக்காரன் நடைமுறையில் நடக்காததைக் கேட்டான். அருணகிரிநாதர் அப்படிச் சொல்லவில்லை.

"நீங்கள் சோறு சாப்பிடுகிறீர்கள்; அதைக் கொடுங்கள்" என்று சொன்னால் சிலர் மறுக்கலாம். நீங்கள் அரிசி சாப்பிட வில்லையா? அந்த அரிசியைக் கொடுக்க வேண்டாம். அந்த

அரிசியில் உடைந்த நொய்யைக் கொடுக்கக் கூடாதா? அதுவும் முடியவில்லை என்றால் அதில் பிளந்த குறுநொய் இருக்கிறது. அதைக் கொடுக்கலாம்" என்று சொன்னால், 'நிச்சயம் தரலாம்' என்று தோன்றும். இப்படி வாழ்க்கையில் நடைமுறையில் பயன் படுகிற உபதேசத்தைச் சொல்கிறார் அருணகிரியார்.

யாருக்குக் கொடுக்க வேண்டும்? வறிஞருக்கு. எப்பொழுது கொடுக்க வேண்டும்? எல்லாக் காலத்தும்; என்றும்.

காரணம்

ஏன் கொடுக்க வேண்டும்?

நுங்கட்கு இங்ஙன்
வெய்யிற்கு ஒதுங்க உதவா
உடம்பின் வெறு நிழல்போல்
கையில் பொருளும் உதவாது
காணும் கடைவழிக்கே.

"நீங்கள் இவ்வுலகை விட்டு, வேறு உலகத்திற்குக் கடைசி யாகச் செய்யப் போகின்ற பிரயாணத்தில் உங்களிடம் இருக்கும் பணம் பயன்படாது. ஆகவே அந்த உலகத்தில் பயன்படக்கூடிய அருட்செல்வமாக அவற்றை எல்லாம் மாற்றிக் கொள்ள, வறிஞர் களுக்கு இப்பொழுதே கொடுங்கள்" என்கிறார்.

மனம் திருந்த

ஆண்டவன் கோயிலுக்குப் போவதும், தர்மம் செய்வதும் மனத்தைப் பக்குவப்படுத்தத்தான். நான் என்பது அகங்காரம். என்னுடையது என்பது மமகாரம். நான் என்பது உண்டாகிப் பின்பு என்னுடையது என்பது உண்டாகிறது. நான் என்ற ஆணவம் அடங்க வேண்டும். ஆணவம் முதலில் அடங்காது.கப்புக் களைகளை எல்லாம் கழித்துவிட்டு நடுமரத்தை வெட்டுவது போல, எனது என்பதைத் தறித்துப் பின் நான் என்பதைத் தறிக்க வேண்டும். எனது என்பதைத்

திடீரென்று மறந்துவிட முடியாது. எனது என்பதைப் பிறரது என்று மாற்ற வேண்டும். "எனது, எனது" என்று சொல்லிப் பழகின மனத்தை, "என்னுடையது அல்ல" என்று மறுத்து நினைக்கச் செய்ய முடியாது. ஆனால் வெகு சுலபமாக, "எல்லாம் இறைவனுடையது" என்று நினைக்கச் செய்யலாம்.

"அன்றே என்றன் ஆவியும்
உடலும் உடைமை எல்லாமும்
குன்றே அனையாய் என்னையாட்
கொண்ட போதே கொண்டிலையோ?
இன்றோ ரிடையூ றெனக்குண்டோ?
எண்டோள் முக்கண் எம்மானே!
நன்றே செய்வாய், பிழைசெய்வாய்;
நானே இதற்கு நாயகனே?"

என்று மணிவாசகர் சொல்கிறார்.

ஒரு கல்லை எடுத்து ஆற்றில் போட்டால் அது ஆற்றுக்குள் அமிழ்ந்துவிடுகிறது. ஆனால் ஒரு தெப்பக் கட்டையைப் போட்டு அதில் எவ்வளவு பெரிய கல்லை ஏற்றினாலும் தண்ணீரின் மேலே மிதக்கிறது. "நான் இருக்கிறேன்; எல்லாம் என்னுடையது" என்றால் தண்ணீருக்குள் மூழ்கிப் போக வேண்டியதுதான். "என்னுடையது அன்று. எல்லாம் இறைவனுடையவை. இறைவன் சார்பிலே இருக்கிறேன்" என்று நினைக்கிறவர்களுக்கு அந்தக் கவலை இல்லை. மிதக்கிற பொருளுக்கு ஆழத்தைப் பற்றி கவலை இல்லை. ஆழ்கின்ற பொருளுக்குத்தான் ஆழத்தைப் பற்றிக் கவலை. "ஓர் அடி ஆழமாக இருந்தால் தப்பலாமே! ஒன்பது அடி ஆழமாக இருந்தால் செத்துப் போவோமே" எனத் தண்ணீருக்குள் தனித்து வீழ்ந்தவன் கவலைப்படுவான். தெப்பக் கட்டையோடு புகுந்தவனுக்கு ஆழ்த்தைப் பற்றி என்ன பயம்?

துன்பமும் இன்பமும்

உலகத்தில் துன்பங்களுக்கு நடுவில் வாழ்கிற மனிதனுக்கு இறைவன் திருவருள் தெப்பமாக இருந்தால் எத்தனை துன்பங்கள் வந்தாலும் கலங்கமாட்டான். துன்பங்கள் இருந்து கொண்டுதான் இருக்கின்றன. உலகம் மாறிவிடவில்லை. அருளைத் தெப்பமாகப் பெற்றவனும் வேறிடம் போவதில்லை. எந்த ஊரில் எந்த மக்களுக்கு இடையே வசித்து வந்தானோ அதே ஊரில், அதே மக்களுக்கிடையே தான் அவன் வசித்து வருவான். ஆற்றுக்குள் எத்தனை மேடுபள்ளம் இருந்தாலும் கல், முள் இருந்தாலும் ஆற்றின்மேல் தெப்பத்தில் மிதக்கிறவனுக்கு அவற்றைப் பற்றி என்ன கவலை? அவன் ஆற்றின் மேலேதான் இருக்கிறான்?

அதைப் போல உலகமாகிய ஆற்றில், இறைவன் அருளாகிய தெப்பத்தின் மீது ஏறிக்கொண்டவர்களுக்கு, உலகத்தில் எத்தனை துன்பங்கள் இருந்தாலும் கவலை இல்லை. அவர்கள் உலகத் திலேதான் இருக்கிறார்கள். ஆனால் துன்பம் அடைவதில்லை.

மழை பெய்கிறது. வீதியில் போகிறவர்கள் குடுகுடு என்று ஓடி, மழைக்காக ஒதுங்கிக் கொள்கிறார்கள். ஆனால் ஒருவன் மாத்திரம் போய்க் கொண்டே இருக்கிறான்; மழையில்தான் போய்க் கொண்டிருக்கிறான். மழை எங்கும் பெய்து கொண்டே இருந்தாலும் அவனளவில் மழை இல்லை போல இருக்கிறது. காரணம்; அவன் கையில் குடை வைத்திருக்கிறான். மழை பெய்து கொண்டிருக்கும் பொழுது மழை இல்லாதது போன்ற நிலை அவளைவில் வந்துவிடுகிறது. எம்பெருமானின் திருவருள் நமக்குக் குடையாக இருந்துவிட்டால் உலகில் எத்தனை துன்பம் இருந்தாலும் நம்மள வில் துன்பம் இல்லாத நிலை வந்துவிடும்.

வேறுபாடு இல்லாத நிலை

உலகத்தில் துன்பம் என்றும், இன்பம் என்றும் வேறு பிரித்துப் பகை என்றும் நட்பென்றும் வேற்றுமை கொள்வதற்கு நம் அகங்கார மமகாரமே காரணம். ஞானிக்கு எல்லாரும் நண்பர்கள். உலகத்திலுள்ள குழந்தைகள் எல்லாரும் இறைவன் குழந்தைகள். உலகில் நிகழ்கின்ற எல்லாச் செயல்களும் அவனால் நிகழ்கின் றன. அடிப்பதும், அணைப்பதும் ஒன்றே ஆகும் என்ற ஞானம் அவர்களிடம் இருக்கிறது. கறுப்பு, சிவப்பு, பச்சை என்ற வர்ணங்கள் இருக்கின்றன. எல்லாம் நிறங்களே. முள்ளைப் போலச் சித்திரம் போட்டாலும், பூவைப் போலச் சித்திரம் போட்டாலும் சித்திரங்களே. இரண்டு சித்திரங்களுக்குள்ளும் உயர்வு, தாழ்வு இல்லை. ஆனால் நாம் நம்முடைய அகங்கார மமகாரங்களுடன் தொடர்புபடுத்திப் பார்த்து வர்ணங்களுக்குள்ளும் சித்திரங்களுக்கும் உயர்வு, தாழ்வு கற்பிக்கிறோம். பலாப்பழத்தை விரும்புகிறோம்; பாகற்காயை வெறுக்கிறோம். பாகற்காயைச் சுவைத்துச் சாப்பிடுகிறவனும் இருக்கிறான். பலாப்பழத்தை வெறுக்கிறவனும் இருக்கிறான். பலாப்பழம், பாகற்காய் இரண்டும் ஒன்றுக்கொன்று உயர்வு, தாழ்வு, வேறுபாடு அற்றன. இருந்தாலும் ஒவ்வொரு மனிதனும் தன் அளவில் வேறுபாடாகக் காண்கிறான். அவன் உள்ளத்திலுள்ள வேறுபாடு பொருள்களுக்குள் உயர்வு தாழ்வை நிர்ணயம் செய்கிறது.

அகங்காரம், மமகாரம் அற்ற நிலையில் இறைவன் திருவருளோடு ஒன்றுபட்ட ஒருவனுக்கு உலகம் முழுவதும் நல்லதாக இருக்கும். இராமகிருஷ்ண பரமஹம்சர் ஒரு கதை சொல்கிறார். ஒரு பெரியவர் ஒரு நாள் பிரசங்கத்தில், "உலகத்திலுள்ள எல்லாம் பிரம்மம்" என்று சொன்னாராம். அதை ஒருவன் கேட்டுவிட்டு, "எல்லாம் பிரம்மம்" என்று கூவிக் கொண்டே போனான். போகும் வழியில் ஒரு மதம் பிடித்த யானை வந்தது. அதன்மேல் இருந்த பாகன், "ஐயா, ஐயா ! நகர்ந்து போங்கள்" என்று சொன்னான். "போடா போ,

எல்லாம் பிரம்மம்" என்று சொல்லி அவன் போனான். யானை துதிக்கையால் பிடித்து அவனைத் தூக்கி எறிந்து விட்டது. நல்லவேளை, அவன் சாகவில்லை. உடனே உபதேசம் செய்தவரிடம் அவன் சென்று, "எல்லாம் பிரம்மம் எனச் சொன்னீர்களே; அந்த யானை என்னைத் தூக்கி எறிந்துவிட்டதே!" என்றானாம். அதற்கு அவர், "ஆம், சொன்னேன். யானையைப் பிரம்மம் என்று எண்ணினாய். அதன் பாகனும் பிரம்மந்தானே? அந்தப் பிரம்மம் உன்னை நகர்ந்து போ எனச் சொன்னபோது நீ ஏன் நகரவில்லை?" என்றாராம். அவன் ஞானம் போலி ஞானம்.

உலகம் எங்கும் இறைவன் இருக்கிறான் என்பதை அநுபவப் பொருளாக ஞானிகள் காண்கிறார்கள். சுகமாக இருக்கும் போது நாம் இறைவனை நினைப்பதில்லை. "ஆண்டவன் கோயிலில் இருக்கிறான். தொண்டர்கள் கூட்டத்தில் இருக்கிறான்" என்றெல்லாம் சொல்கிறார்கள். அவன், "நோயுளார் வாய் உளான்" என்கிறார் சம்பந்தர். நோய் என்றால் துன்பம். யார் யார் துன்பம் உடையவர்களோ அவர்கள் வாயில் இருக்கிறானாம். துன்பப் படும்போதுதான் இறைவனை நினைக்கிறோம். இது மனித இயல்பு. எப்போதும் அவனையே நினைப்பது உண்மை அன்பர் இயல்பு.

அகங்காரம், மமகாரம் மாறவேண்டும். அகங்காரம் மாறும் முன்பு எனது என்கிற மமகாரம் ஒழிய வேண்டும். மமகாரத்தை ஒழிக்க எனது எனது என்ற எண்ணத்தை மாற்றி, எல்லாம் அவனது என்று சொல்லவேண்டும். அவனது கருவியாக நான் இங்கே நடமாடிக் கொண்டிருக்கிறேன் என்று எண்ண வேண்டும். நம்மிடம் வரும் வறியவர்களை அவனாகவே எண்ணி, அவன் கொடுத்திருக்கும் பொருளை ஒளிக்காமல் அவனிடமே கொடுக்க வேண்டும்.

கடவுள் வந்தும்

டால்ஸ்டாய் ஒரு கதை எழுதியிருக்கிறார். ஓர் ஊரில் ஒரு சக்கிலியன். அவனுக்கு ஆண்டவனைக் கண்ணால் பார்க்க

வேண்டு மென்று ஆசை. பல காலம் அவனது தரிசனத்திற்காகக் காத்துக் கிடந்தான். ஒருநாள் அவன் கனவில், 'வெள்ளிக்கிழமையன்று நான் வருவனே" என்று ஆண்டவன் சொல்லி மறைந்தான். வெள்ளிக்கிழமை அன்று வழக்கமாகத் தான் செய்யும் வேலைகளை எல்லாம் கட்டி வைத்துவிட்டு ஆண்டவனது வருகைக்காக அந்தச் சக்கிலியன் காத்துக் கொண்டிருந்தான். அப்போது ஒரு கிழவர் வந்தார். 'அப்பா, நான் பத்து மைல் தூரம் நடந்து போக வேண்டும். என் செருப்பு அறுந்துவிட்டது. கொஞ்சம் இதைத் தைத்துக் கொடு' எனக் கேட்டார். "அதெல்லாம் இன்றைக்கு முடியாது; போ போ" எனச் சொல்லி விட்டான் அவன். மணி ஏறிக் கொண்டே போயிற்று. இறைவனைக் காணவில்லை. ஒரு சின்னக் குழந்தை குடு குடுவென ஓடி வந்து மழலைச் சொல்லில், "நான் விளையாடப் போக வேண்டும். இந்தச் செருப்பைக் கொஞ்சம் தைத்துக் கொடு" என்றது. அவன், "இன்று ஒரு வேலையும் செய்ய முடியாது போ" எனச் சொல்லி விரட்டி விட்டான். ஆண்டவன் வருகைக்காக அல்லவா அவன் காத்துக் கொண்டிருக்கிறான்? ஆண்டவன் வரவில்லையே என்ற ஏமாற்றத்தோடு இருந்த அவனிடம் மறுபடியும் ஒரு கிழவி வந்தாள்."அப்பா,தண்ணீர் வைக்கும் இந்தத் தோல் பை கிழிந்துவிட்டது. இதைத் தைத்துக் கொடு" என்று கேட்டாள். அவன் கோபத்தோடு, "இன்று ஆண்டவன் வரும் நாள். ஒன்றும் செய்ய முடியாது போ" என்று சொல்லிவிட்டான். இரவு மணி பத்தாகிவிட்டது. இறைவன் சொன்னபடி வரவில்லை. சக்கிலியன் துக்கத்தோடு, "ஆண்டவனே, நீ இன்றைக்கு வருவதாகச் சொன்னாயே! வரவில்லையே! என்று நைந்து வருந்தியபடியே படுத்தான். கனவில் இறைவன், "அப்பா, நான் மூன்று தடவை வந்தேன். ஏழைக் கிழவனாக வந்தேன். குழந்தையாக வந்தேன். கிழவியாக வந்தேன். நீதானே என்னைப் போ போ என்று மூன்று தடவையும் விரட்டினாய்?" என்றானாம்.அப்பொழுதுதான் அவனுக்கு ஞானம் பிறந்தது.

ஏழையாக வருவான்

எம்பெருமான் ஏழையாக வருவான். இறைவன் அருளை நமக்கு வாங்கிக் கொடுக்க வருகின்ற பிரதிநிதிகள் ஏழைகள் என்று நினைத்தார்கள், நம் நாட்டுப் பெரியோர்கள். நம்மிடம் இறைவன் கொடுத்து வைத்திருக்கிற பொருளை வாங்கிப் போக யார் வருவார்கள் என்று காத்துக் கிடந்தார்கள்.

தன்னிடம் உள்ள பொருளை இறைவனுடையது என்று எண்ணி ஏழைகளுக்குக் கொடுப்பது அகங்காரம், மமகாரம் இரண்டையும் ஒழிப்பதற்கு வழி. பற்றையும் ஆசையையும் போக்கத் தியாகமே மாற்று. நம்மிடம் உள்ள பொருளை நம்முடையது அல்ல என்று நினைக்கலாம். அப்போது யாருடையது என்ற கேள்வி வரும். அதற்கு இடமே இல்லாமல் இறைவனுடையது என்று எண்ணி, இதை அவன் நமக்குக் கொடுத்திக்கிறான் என நினைக்க வேண்டும். ஆகவேதான் அருணகிரியார்,"வையிற் கதிர் வடிவேலோனை வாழ்த்தி வறிஞர்க்கு என்றும் கொடுப்பாயாக" என்றார்.

உதவாத பொருள்

அப்படி ஏன் கொடுக்க வேண்டும்? கடைசியாகப் போக வேண்டிய கடை வழிக்குப் பயன்படும் பொருட்டு. "இவ்வுலகில் என்னிடம் இருக்கும் செல்வம் வேறு யாரிடமும் இல்லை. இத்தனை பணம் சேகரித்து வைத்திருக்கிறேனே, இவை யாவும் பயன்படவா?" என்றால், 'இந்தப் பணம் பயன்படாது அப்பா. உன்னுடைய கைப்பொருள்களில் எதுவும் உனக்கு உதவாது. இவையேனும் உன் கை கால்களால் ஓடி ஆடிச் சம்பாதித்தவை. ஆனால் உன் உயிரோடு ஒட்டியே பிறந்த உடம்பு இருக்கிறதே, அது உனக்கு உதவுகிறதா? நல்ல வெயிலில் போக முடியாமல், புழுதிச் சூட்டைத் தாங்க முடியாமல், தவிக்கிறாயே. அப்போது உன்னுடைய நிழலில் நீயே கொஞ்சம் தங்கி இளைப்பாற முடியுமா? அல்லது உன் நிழலில் வேறு யாராவது தான் தங்க முடியுமா? உன் உடம்பின் நிழல் எப்படி உனக்கே

பயன்படாதோ அதுபோலவே உன் கைப்பொருளும் அந்தக் கடை வழிக்குப் பயன்படாது" என்கிறார்.

வெய்யிற்கு ஒதுங்க உதவா
உடம்பின் வெறுநிழல்போல் கையில்
பொருளும் உதவாது
காணும் கடைவழிக்கே.

"உங்களிடம் இருக்கும் பொருளை வறிஞருக்குக் கொடுங்கள். அவ்வுலகில் பயன்படுகிற இறைவன் அருளாகக் கிடைக்கும். போகிற வழியில் நமக்குத் துணையாக இருக்கிற வடிவேலனை வாழ்த்திக் கொடுங்கள்.அவன் கையில் இருக்கிற வேல் கூர்மையானது ; ஒளியை உடையது. இருட்டில் போகும்போது அது ஒளி கொடுக்கும். பகை வரும்போது அதன் கூர்மை உங்களைக் காப்பாற்றும். உங்களிடம் இருக்கும் பொருளை வறிஞருக்கு என்றும் கொடுத்து, கடை வழிக்குப் பயன்படுகிற அருளாக மாற்றிக் கொள்ளுங்கள். நீங்கள் படைத்த உடம்பே உங்களுக்கு உதவாத போது உங்கள் கையில் படைத்த தனமா உதவும்? உதாவது என்கிறார் இந்தப் பாட்டில்.

வையிற் கதிர்வடி வேலோனை
வாழ்த்தி வறிஞர்க்குஎன்றும்
நொய்யிற் பிளவள வேனும்
பகிர்மின்கள்; நுங்கட்குஇங்ஙன்
வெய்யிற்கு ஒதுங்க உதவா
உடம்பின் வெறுநிழல்போல்
கையிற் பொருளும் உதவாது
காணும் கடைவழிக்கே.

[கூர்மையையும்,ஒளியையும் உடைய அழகையுடைய வேலாயுதக் கடவுளை வாழ்த்தி, பொருள் இல்லாத வறுமையை உடையவர்களுக்கு இள்ள காலம் என்னாது எந்த நாளிலும், நீங்கள் உண்பது நொய்யுணவாக இருந்தால் அப்போது நொய்யிலும் பிளவளவாவது பகிர்ந்து கொடுங்கள்.

அப்படிக் கொடுக்காமல் பாதுகாத்து வைத்திருந்தால், உங்களுக்கு இங்கே வெயிலுக்கு ஒதுங்கவும் உதவாத உடம்பின் பயனற்ற நிழலைப் போலக் கையில் உள்ள பொருளும் இறுதியில் செல்லும் வழிக்கு உதவாது.

நொய்யுணவாக உண்பவரானால் அதிற் பிளவாகிய குறு நொய் யுணவைத் தர்மம் செய்யுங்கள் என்பது பொருள். ஒரு நொய்யில் பாதி எடுத்து வைத்து, "இந்தாருங்கள்'" என்று சொல்வது அவர் கருத்தன்று.

வை - கூர்மை. வடி - அழகு. இங்ஙன் - இங்கே. வெறு நிழல் *பயன்படாத நிழல்!]*

எல்லாம் மறந்த நிலை

தமிழ் நூல்களில் சொல்லப் பெறும் பொருள்கள் எல்லா வற்றையும் இலக்கண ஆசிரியர்கள் இரண்டு வகையாகப் பகுத்திருக்கிறார்கள். அகம் என்பதும் புறம் என்பதுமே அந்தப் பகுப்பு ஆகும். மக்கள் வாழ்க்கையிற் பெற வேண்டிய பொருள்கள் நான்கு. அறம்,பொருள், இன்பம், வீடு என்ற அந்த நான்கையும் உறுதிப் பொருள்கள் என்பர். அவற்றையே அகம், புறம் என்ற இரண் டிலும் அடக்குவது தமிழ் மரபு. இன்பத்தை அகம் என்றும், அறம் பொருள் வீடு என்ற மூன்றையும் புறம் என்றும் வகைப் படுத்தியிருக்கிறார்கள்.

அகம், காதல் கற்பு என்ற இன்ப வாழ்க்கையின் வகைகளைச் சொல்வது. புறம், அறம் பொருள் வீடு என்ற மூன்றையும் சொன்னாலும் பெரும்பாலும் பொருளின் வகையாகிய வீரத்தைப் பற்றியே சொல்லும். ஆதலால் அகம் என்றால் காதலும், புறம் என்றால் வீரமுமே முதலில் நினைவுக்கு வரும். காதல் வாழ்க்கையின் பல துறைகளை விரித்துரைப்பது அகப்பொருள் இலக்கணம். வீர வாழ்க்கையின் பல துறைகளை விரிவாகச் சொல்வது புறப் பொருள் இலக்கணம்.

காதலும் வீரமும்

காதலும் வீரமும் இரண்டு கண்களைப் போலத் தமிழர்களால் போற்றப் பெற்றவை. பெண் என்றால் காதலும், ஆண் என்றால் வீரமும் நினைவுக்கு வருகின்றன. பெண்ணின் இயல்பு காதலை உண்டாக்குதல்; விருப்பத்தைக் கிளரச் செய்தல். அதனால்,

"மாதர் காதல்"

என்று தொல்காப்பியம் சொல்கிறது. மாதர் என்ற சொல்லுக்கே காதல் என்று பொருள். பெண்ணின் தன்மை பெட்பு; அதற்கு விருப்பம் என்று பொருள்.

இப்படியே ஆணின் தன்மை ஆண்மையாகும். ஆண்மை என்ற சொல்லுக்கு வீரம் என்று பொருள். ஆண்டவனுடைய இயல்புகளுள் வீரம் தலை சிறந்தது என்பது இதனால் தெரிய வரும். பெண்ணால் காதலும் ஆணால் வீரமும் வளர்கின்றன. பெண்ணின் காதலை ஆணின் வீரம் பாதுகாக்கிறது.

ஆணும் பெண்ணுமாக மக்கள் உருக்கொண்டு வாழும் உலகத்தில் வீரமும் காதலும் வாழ்க்கையை அரண் செய்து இன்பத்தை ஊட்டுகின்றன.வீர வாழ்க்கையும் காதல் வாழ்க்கையும் கவிஞரால் காப்பியங்களில் சிறப்பாக வருணிக்கப் பெறுகின்றன.

வீரமுருகன்

முருகன் வீரத்தைப் பாதுகாக்கும் தெய்வம்; வீரம் நிறைந்த தெய்வம். அவன் தேவர் படைத் தலைவன். போர் பல செய்து வெற்றி பெற்றவன். அவன் திருக்கரத்தில் உள்ள வேல் அவன் வீரச் சிறப்புக்கு அடையாளமாக இலங்குகிறது. படைகளுக்குள் வில், வாள், வேல் என்பவை சிறந்தவை. அவற்றிலும் வேல் சிறந்தது. அதனைக் கைக்கொண்ட முருகன் பெரிய வீரன்.

"பெருவிறல் மள்ள"

என்று திருமுருகாற்றுப்படை அவனைப் போற்றுகிறது.

காதலிற் சிறந்த முருகன்

வீரத்தில் சிறந்து நிற்பது போலவே முருகன் காதலிலும் சிறந்து நிற்கிறான். காதலைப் பாதுகாக்கும் தெய்வம் அவன். வள்ளியெம்பிராட்டியிடம் காதல் சிறந்து நின்ற பேரழகன் அவன். வீரமும் காதலும் சிறந்த முருகனை,

"மங்கையர் கணவ, மைந்தர் ஏறே"

என்று நக்கீரர் பாராட்டுகிறார்.

காதற் சிறப்பை அவன் அணிந்த மாலை காட்டுகிறது. அவன் வெவ்வேறு வகையான மாலைகளை அணிவதுண்டு. அவனுக்கு அடையாள மாலை காந்தள். அவனுடைய காதலுக்கு அடையாளமாக இருக்கும் மாலை கடம்பு. அதைப் போகத்துக்கு உரிய மாலை என்று நச்சினார்க்கினியர் சொல்வார்.

முருகனது வீரப் பெருமையை அவன் திருக்கரத்திலுள்ள வேலும், காதற் பெருமையை அவன் திருமார்பில் அணிந்த கடம்ப மாலையும் புலப்படுத்துகின்றன. அந்த இரண்டையும் ஒரு சேர நினைக்கிறார் அருணகிரிநாதர்.

சொன்ன க்ரவுஞ்ச கிரிஊ
டுருவத் தொளைத்தவைவேல் மன்ன!
கடம்பின் மலர்மாலை
மார்ப !

வேல்

முதலில் வேலைப்பற்றிச் சொல்கிறார். அது கிரௌஞ்ச மலையைத் துளைத்தது; அதனூடே புகுந்து உருவியது. யானை, குதிரை முதலியவற்றையும் காலாளையும் ஊடுருவிச் செல்வது எளிது. குருதியும் தசையும் உள்ள உடம்புகளாதலின் பச்சை மரத்தில் ஆணி இரங்குவது போல வேல் புகுந்துவிடும். ஆனால் கிரௌஞ்ச மலை பாறையாக இருப்பது. அம்பும் வேலும் தன்பால் வந்து மோதினால் அவற்றின் முனைகளை மழுங்கச் செய்யும் வன்மையை உடையது அந்த மலை. அது சொர்ண மயமானது என்று அருணகிரியார் சொல்கிறார்.

"பொன்னஞ் சிலம்பு புலம்பவரும்
எங்கோன்"

என்று கந்தர் அலங்காரத்திலும்,

'கனகக் கிரியைப் பொரும்வேலா'

என்று திருப்புகழிலும் கிரௌஞ்ச மலையைத் தங்கமலை என்று பாடியிருக்கிறார். வெள்ளி மலையாக இருப்பதே தன் மாயத்தால் தங்க மலையாகவும் நிற்கலாம்.

கந்தபுராணத்தில் உள்ள வரலாறுகள் வெவ்வேறு வகையாக வழங்கி வருகின்றன. பழங்காலத்தில் முருகனைப் பற்றி வழங்கிய வரலாறுகள் பல பிற்காலத்தில் மறைந்தன. புதிய வரலாறுகள் எழுந்தன. பிற நூல்களில் காண இயலாத பல வரலாறுகள் அருணகிரியார் வாக்கில் வரும். அப்படி உள்ளவற்றில் ஒன்று, கிரௌஞ்ச மலை பொன் மயமானது என்பது.

இறுகிய பொன்னாக நின்ற கிரௌஞ்சத்தில் ஊடுருவிச் சென்று முருகனுடைய வேல் தொளைத்தது. வேல் தொளைத்தது என்று கூறினாலும், அந்தச் செயலுக்குரிய வீரம் முருகனிடம் இருப்பதுதான். அவன் வேலை ஏவினான்; அது தொளைத்தது.

மாலை

வீரம் படைத்த வேலாயுதத்தையுடைய மன்னனாக முருகனைப் பரவிய அருணகிரியார், அடுத்தபடி அவனது மாலையைச் சொல்கிறார். அவன் வெட்சி, காந்தள், கடம்பு முதலிய மாலைகளை அணிபவன். கடம்பு அவன் திருமார்பில் அணியும் மாலை. குறிஞ்சி நிலத்திலே மலரும் மலர் கடம்பு. அம்மலர் சக்கரத்தைப் போல உருளும்; மாலை தொடுத்தாற் போல அதன் கொத்து இருக்கும். முருகன் அலங்காரம் செய்து கொண்டு தன் தேவி மாரோடு உல்லாசமாக இருக்கும்போது அணிகிற மாலை அது.

"அலங்கலென வெண்கடம்பு
புனைந்துபுண ருங்குறிஞ்சி
அணங்கைமணம் முன்புணர்ந்த - பெருமாளே"

என்று திருப்புகழில் வருகிறது. கடம்பு மாலையை அணிந்து வள்ளியெம்பெருமாட்டியோடு இன்புற்றானாம் முருகன்.

வீரத்துக்கும் காதலுக்கும் நாயகனாக வைவேல் மன்னனாகவும் கடம்பணியும் மார்பனாகவும் இருக்கும் முருகனை ஏத்துகிறார் அருணகிரியார்.

சொன்ன க்ரவுஞ்ச கிரியூ
டுருவத் தொளைத்தவைவேல்
மன்ன! கடம்பின் மலர்மாலை
மார்ப!

2

அநுபவ நிலைகள்

அருணகிரியார் முருகனுடைய திருவருளில் திளைத்து இன்ப அநுபவம் பெற்றவர். இறைவனை வழிபட்டு அன்பு முறுக முறுகப் பலவகையான அநுபவங்கள் உண்டாகும். யோகம் செய்தாலும், உபாசனை செய்தாலும், துறவுள்ளத்தோடு உண்முக நோக்கிலே ஈடுபட்டாலும் இறைவன் அருள் பதியப் பதியப் புதிய புதிய அனுபவம் உண்டாகி வரும். முத்தியின்பம் என்பது முடிந்த முடிபாகிய அனுபவம். அதற்குமுன் எத்தனையோ படிகள் உண்டு. சாதனங்களை மேற்கொண்டு ஒரு காலைக்கு ஒரு கால் பயிற்சி முற்றி வரும்போது அநுபவமும் முதிர்ந்து வரும். பயிரை விளைக்கையில் நாளுக்கு நாள் பயிர் வளர்ந்து பல நிலைகளை அடைவதுபோல அநுபவம் வளரும்.

அறிவும் அநுபவமும்

புத்தகத்தைப் படித்தும் இறைவனைப் பற்றிய செய்திகளைக் கேட்டும் பெறும் அறிவு நமக்கு இறைவன் அருளைப் பெற வேண்டும் என்ற ஆசையை உண்டாக்குமே யன்றி, அநுபவத்தை உண்டாக்காது. நெல்லின் வகைகளைப் பற்றியும் நெற்பயிர் விளைவிக்கும் திறத்தைப் பற்றியும் வேளாண்மையில் நேரும்

இடையூறுகளைப் பற்றியும் எவ்வளவு தெரிந்து கொண்டாலும், நெல் அறுவடை செய்ய இயலாது. உழுது பரம்படித்து விதைத்துப் பயிர் செய்தால்தான் நெல்லை அறுவடை செய்யலாம். முயற்சி இல்லாமல் எந்தக் காரியமும் கைகூடாது. ஒரு கவளம் சோறு கிடைக்க வேண்டுமாயின் அதற்காக எவ்வளவோ பாடுபட வேண்டியிருக்கிறது. அன்ன சத்திரங்களின் விலாசங்களை மாத்திரம் தெரிந்து வைத்துக் கொண்டால் சோறு நம் வாயில் வந்து விழாது. சோற்றைத் தேடி அலைய வேண்டும். அதைப் பெறுவதற்கு என்ன காரியம் செய்ய வேண்டுமோ அதைச் செய்ய வேண்டும்.

அதற்கே அப்படியானால் உயிருக்கு இன்பம் தரும் அநுபவம் எளிதில் வருமா? நூலறிவினால் அதனைப் பெற இயலாது. பல ஆண்டுகள் முயன்றும் தமக்கு இறையருள் அநுபவம் கிடைக்க வில்லையே என்று ஏங்குபவர்கள் இருக்கிறார்கள்.

அநுபவத்தில் பல நிலைகள் உண்டு என்று சொன்னேன். இறைவன் திருநாமத்தைச் சொன்னால் நாக்கு இனிக்கும் என்று பக்தர்கள் சொல்கிறார்கள். அந்த அநுபவம் நமக்குத் தெரியாது.

இறைவனை நினைத்தால் மனம் இனிக்கும் என்கிறார்கள். அது மற்றோர் அநுபவம்.

"பார்த்தாலும் நினைத்தாலும் படித்தாலும் படிக்கப்
பக்கநின்று கேட்டாலும் பரிந்துளுணர்ந் தாலும்

ஈர்த்தாலும் பிடித்தாலும் கட்டிஅணைத் தாலும்
இத்தனைக்கும் தித்திக்கும் இனித்தசுவைக் கரும்பே"

என்று இராமலிங்க சுவாமிகள் பாடுகிறார். அது ஓர் அநுபவம்.

முயற்சியும் பலனும்

உண்மையாக முயற்சி செய்பவனுக்குக் கைமேல் பலன் உண்டு. வேளாண்மை செய்கிறவனுக்கு நிலமும் கருவியும் உரமும் உழைப்பும் தக்கபடி அமைந்தால், அவன் நாளுக்கு நாள் தன் உழைப்புக்குப் பலன் உண்டாகி வருவதைக் கண்முன் காண்பான். இறைவனுடைய அருளுக்காக ஏங்கி நின்று அன்பு செய்யும் அன்பர்களுக்கும் நாளுக்கு நாள் அநுபவத்தில் வளர்ச்சி தெரியும். "நான் செய்கிற பக்தி சரிதானா?" என்று பிறரைக் கேட்க வேண்டிய அவசியமே இல்லை. சோறு வயிற்றில் போகப் போகப் பசி அடங்கி வருவதை உண்டவன்தானே அறிகிறான்? அவன் வேறு ஒருவனிடம் போய், "எனக்குப் பசி தீர்ந்துவிட்டதா?" என்று கேட்பதில்லை.

இறைவன் அருளுக்காக முயலும் அன்பு நெறியில் கிடைக்கும் அநுபவம் அவரவர்களுக்குத் தெரியும். அந்த அநுபவம் முதிர்ந்து வருவதும் அவர்களுக்குத் தெரியும். முயற்சி செய்யாதவர்களுக்கு, சாதனத்திலே ஊக்கம் இல்லாதவர்களுக்கு, அநுபவம் பெற்றவர் கள் ஏதேனும் சொன்னால் கதையாகத் தோன்றும்; கற்பனை யாகத் தோன்றும்; நம்பிக்கை பிறக்காது. ஆனால் ஓரளவு முயற்சி செய்து அதனால் விளைந்த அநுபவத்தைப் பெற்றவர்களுக்கோ, அநுபூதிமான்களின் வாக்குக் கேட்கும் போது, 'ஐயோ! இந்த அநுபவத்தை நாம் இன்னும் பெறவில்லையே! என ஏக்கம் உண்டாகும். தாம் செய்த முயற்சியின் அளவுக்கு ஒருவகை அநுபவம் பெற்றவர்களாதலின், பெரியவர்கள் கூறும் அநுபவங்கள் உண்மையானவையே என்று தோன்றும். தாம் பெற்ற சிறிய அநுபவம் ஒரு காலத்தில் பொய்யாக அவர்களுக்குத் தோன்றி

யிருக்கும். ஆனால் இப்போது அது மெய் என்று தெளிந்திருக் கிறார்கள். இது முயற்சியின் பயனாக விளைந்தபோது எப்படி மெய்யாகத் தோன்றுகிறதோ, அப்படியே இன்னும் முறுகிய முயற்சியினால் பெரியவர்கள் பெற்ற மேலான அனுபவமும் மெய்யாகத் தோன்றும் என்ற அறிவு அவர்களுக்கு உண்டாகும்.

அருணகிரிநாதர் பெற்ற அநுபவ வகைகளில் ஒன்றை இப்போது சொல்கிறார். அதை அருளிய வைவேல் மன்னனை, கடம்ப மலர்மாலையணிந்த மார்பனைப் பார்த்துச் சொல்கிறார். அந்த அநுபவம் அவருக்கு வியப்பை மூட்டுகின்றது.

அது என்ன அனுபவம்?

உடம்பு இறந்தது

இந்த உடம்பு இறந்துபோய்விட்டதாம்.

இறந்தே விட்டது இவ்வுடம்பே.

உடம்பு இறந்துபோனால் இந்தப் பாட்டை எப்படிப் பாடினார்?

உயிர் உடம்பினின்றும் போய்விட்டால் இறந்துவிட்டான் என்று சொல்கிறோம். இறத்தல் என்ற சொல்லுக்கு விட்டு நீங்குதல் என்பதுதான் பொருள். உடம்பிலிருந்து உயிர்விட்டு நீங்குவதால், உயிர் இறந்துவிட்டது என்று சொல்வதுதான் பொருத்தம். "முத்தப்பன் இறந்துவிட்டான்" என்று சொல்கிறோம். முத்தப்பன் என்ற பெயராலே குறிக்கப்பட்ட உடம்பு எங்கும் போகவில்லை. உயிர்தான் போயிற்று. அந்த உடம்பு உயிரோடு இருந்தபோது முத்தப்பன் என்று அடையாளம் சொல்லுகிறோம். அவன், அவர் என்று சுட்டும் பொருள் உயிர்தான். "அவர் போய் விட்டார்" என்னும்போது போனது உயிர்தானே? ஆகவே உயிர்தான் இறந்ததேயன்றி உடல் இறக்கவில்லை. உயிர் இறந்ததனால், உடம்பு

பிணமாயிற்று என்று வேண்டுமானால் சொல்லலாம், உடம்பு இருக்க உயிர் போகிற நிலை அது.

அருணகிரிநாதர் அதைச் சொல்லவில்லை. உயிர் இருக்கும் போது உடம்பு இறந்துவிட்டதாம்! இது வேடிக்கையாக இருக்கிற தல்லவா? உடம்பு இறந்துவிட்டது என்று கூறுவதற்கு என்ன பொருள் என்று சிந்திக்க வேண்டும். உயிர் இறந்த பிறகு உடம்பு இருந்தாலும் அதில் உணர்ச்சி இருப்பதில்லை. அதை வெட்டினாலும் குத்தினாலும் துடிப்பதில்லை. கொசுக் கடித்தால் உடனே துள்ளுகிறோம். புண் வந்தால் துடியாய்த் துடிக்கிறோம். இதே உடம்பு உயிர் இறந்தபிறகு என்ன பண்ணினாலும் உணர்ச்சியின்றிக் கட்டையாகி விடுகிறது.

உயிர் போன உடம்புக்கும் உயிர் போகாத உடம்புக்கும் இந்த வேற்றுமை இருக்கிறது.உயிர் போனபிறகு வர வேண்டிய நிலை உயிர் இருக்கும்போது உடம்புக்கு வந்துவிட்டதாம். அதைத்தான், "இறந்தே விட்டது இவ்வுடம்பே" என்று அருணைமா முனிவர் சொல்கிறார்.

உணர்ச்சி மரத்தல்

"அப்படி உணர்ச்சி இல்லாமல் உயிருள்ள உடம்பு இருக்குமா?" என்று கேட்கலாம். ஒருவன் அயர்ந்து தூங்குகிறன்."உடம்பு மறந்து தூங்குகிறான்" என்று சொல்கிறோம். மூட்டைப் பூச்சி கடிக்கிறது. அது அவனுக்குத் தெரியவில்லை. அந்த அளவுக்கு அவன் உடம்பிலே உணர்ச்சி இருப்பதில்லை. அந்தப் பூச்சி அழுத்தமாகக் கடித்தால் சற்றே புரண்டு கொடுக்கிறான்.

மயக்கம் போட்டு விழுந்தவனைப் பாருங்கள். அவன் மண்டையில் காயம் பட்டு ரத்தம் ஒழுகுகிறது. ஆனாலும் அவனுக்கு உணர்ச்சி இருப்பதில்லை. அவன் உடம்பிலே உயிர் இருந்தாலும் உணர்ச்சியற்றுப் போகிறது.

ஆஸ்பத்திரியில் ஆபரேஷன் செய்கிறார்கள். உணர்ச்சி மரத்துப் போக ஊசி குத்திச் சஸ்திர சிகிச்சை செய்கிறார்கள். கத்தியினால் அறுத்து மருந்து போட்டுப் பின்பு தைக்கிறார்கள். அப்போதெல்லாம் அவன் உடம்பில் உணர்ச்சியே இருப்பதில்லை. உயிர் உடம்பில் இருக்கும் போதே உணர்ச்சி அற்றுப் போகும் நிலை வருவது அநுபவ பூர்வமானதுதான் என்று இவற்றால் தெரிகிற தல்லவா?

தூக்கத்தால் ஓரளவு உணர்ச்சி மரக்கிறது; மயக்கத்தாலும் மரக்கிறது; மருந்தினால் உணர்ச்சி மரத்துப் போகிறது. அப்படியே ஒருவகை நிலையில் யோகியர்களுக்கு உடம்பு உணர்ச்சியற்றுப் போகிறது. உடம்பு இருந்தும் இறந்துவிட்டது போல ஆகிவிடுகிறது. அந்த நிலையில் பெற்ற அநுபவத்தையே,

இறந்தே விட்டது இவ்வுடம்பே

என்று அருணகிரியார் சொல்கிறார்.

படிப்படியாக

அந்த நிலை எவ்வாறு வந்தது என்பதை அவர் சொல்கிறார். உடம்பு உணர்ச்சியற்றுப் போவதற்கு முன்பு படிப்படியாகச் சில முயற்சிகள் செய்தார். அவற்றின் விளைவே இந்த அநுபவம்.

முருகனை எப்போதும் பாடினார்; பின்பு மௌன முற்றார்; தியானித்தார். மனத்தால் நினைத்தார். அப்படி நினைக்கும்போது வேறு நினைப்புகளும் இடையிடையே தலைப்பட்டன. அவற்றை மெல்ல மெல்ல ஓட்டினார். முருகனது நினைப்பில் அழுத்தமும் ஒருமைப்பாடும் ஏறியவுடனே மற்ற நினைப்புகள் தாமே ஒழிந் தன. அந்த நினைவில் ஒன்றியபோது முருகனுடைய நினைவு மாத்திரம் இருக்கவில்லை. முருகனுடைய உணர்வே எழுந்தது.

நினைவும் உணர்வும்

நினைவு என்பது மனத்தோடும் அறிவோடும் ஒட்டியது. உணர்வு என்பது அநுபவத்தோடு இணைந்தது. முருகனுடைய திருநாமம், அவன் திருவிளையாடல், அவன் திருக்கோலம் ஆகியவற்றை நினைக்கலாம் அவனை நினைப்பதென்பது இது தான். அவனை உணர்வதாவது அந்த நினைப்பையும் மறந்து அநுபவத்திலே கரைவது. நினைக்கத் தொடங்கும் போது கடைப் பிடி நழுவுவதும் மீட்டும் நினைப்பதும் நமக்கு வழக்கம். திரும்பத் திரும்ப ஒன்றை நினைத்து நினைத்துப் பழகினால்தான் ஒருமைப்பாடு உண்டாகும். அப்படியே நினைவு கடந்த உணர்விலும் கடைப்பிடி நழுவும் நிலை உண்டு. உணர்வு நினைவாக இழியும். அப்போது மீட்டும் மீட்டும் உணரவேண்டும். அப்படி உணர உணர அந்த உணர்வில் ஒருமைப்பாடு உண்டாகும்.

***"நினைந்துநினைந்து உணர்ந்துஉணர்ந்து
நெகிழ்ந்துநெகிழ்ந்து அன்பே
நிறைந்துநிறைந்து"***

என்பது திருவருட்பா. நினைக்க வேண்டும்; மீட்டும் மீட்டும் நினைக்க வேண்டும். நினைப்பு முறுகின பக்குவத்தில் உணர்ச்சி தலைப்படும். உணர வேண்டும்; மீட்டும் மீட்டும் உணர வேண்டும். உணர உணர அவ்வுணர்வில் முதலில் தட்டுப்படும் மேடு பள்ளங்கள் மறையும்; சலனம் ஒழியும்.

உணர்ச்சி முதலில் தோற்றும்போது புது வெள்ளம் போல வரும்; அலையெறிந்து கொண்டு வரும்; கொந்தளிப்போடு குதிக்கும். மீண்டும் மீண்டும் உணரும்போது ஒருமைப்பாடு உண்டாகும்; அமைதி பிறக்கும்.

பொறிகளால் உண்டான அனுபவம் மனத்தில் வாசனையாக நிற்கிறது. இறைவனுடைய திருவருளுணர்வு உதயமாகும் போது இந்த வாசனை இடறுவதனால்தான் கொந்தளிப்பு ஏற்படுகிறது. பண்பட்ட நிலத்தில் நீர் பாய்ந்தால் மெல்லப் பாயும். மேடும் பள்ளமுமான நிலத்தில் பாய்ந்தால் வேகம்

உண்டாகும்; கொந்தளிப்பு ஏற்படும்? மேடு கரைந்து பள்ளம் நிரம்பினால் அலையில்லாத அமைதி நிலவும்.

வாசனை காரணமாக மனம் அலைகிறது. புழுதியாக இருக்கிற இடத்தில் நீர் ஊற்றும்போது முதலில் புழுதி கிளம்பும். அப்படியே இறைவனை நினைக்கும்போது மனத்தில் பழைய வாசனைப் புழுதி கிளம்புகிறது. நினைப்பு நிலை தாண்டி உணர்ச்சி நிலை வரும்போது, புழுதி அடங்கினாலும் மண் வாசனை வீசுவது போல, மனத்தில் அடங்கி நிற்கும் மாசுகள் மேலே வர முண்டுகின்றன. மனம் சிதறுகிறது. பஞ்சு போலச் சிந்தனைகள் பரவப் பார்க்கின்றன. ஆனால் உணர்ச்சி முறுகி விட்டால், உணர்ச்சியிலே ஒருமைப்பாடு வந்துவிட்டால், அவை அடங்கிவிடும். திக்குக்கு ஒன்றாக எழுந்த எண்ணங்களும் தலை நீட்டிய வாசனைகளும் மணம் வீசிய வித்துக்களும் அடங்குகின்றன. இறைவன் உணர் வாகிய ஒன்றிலே ஒன்றி மறைந்து மாய்கின்றன. அப்போது ஒருமைப்பாடு வருகிறது. எல்லாம் ஒருமுகப்பட்டு உணர்வு மயமாக நிற்கும் அநுபவம் அது.

நினைப்பு உள்ளவரையில் மனம் இயங்கியது. உணர்வு உள்ள வரையில் உள்ளம் இயங்கியது. மனம் நின்ற போது அநுபவத்தை உணரும் உள்ளம் இயங்கத் தொடங்கியது. மனம் இயங்கும்போது உருவம் நாமம் எல்லாம் நினைவு இருந்தன. அவன் நாமமும், உருவமும் தியானத்துக்குத் தட்டுப்பட்டன.

மனம் அடங்கி உள்ளம் இயங்கியபோது இன்னதென்று சொல்ல இயலாத ஒன்று உணர்ச்சியிலே தட்டுப்பட்டது. அதை வடிவம் என்று சொல்ல இயலாது; நாமம் என்று சொல்ல இயலாது. ஆனால் ஒன்று இருப்பது தெரிந்தது. அதுவே இந்த அநுபவத்துக்கு நிலமாக இருப்பதும் தெரிந்தது. அப்படி இருக்கும் நிலையே குணம் உள்ள நிலை. அதற்கு வடிவில்லை. ஆனால் அநுபவத்தைத் தரும் இயல்பு உண்டு. அப்படிச் சொல்வதைவிட, நாம் வேறாக நின்று, இதை

அனுபவிக்கிறோம் என்ற உணர்ச்சியைத் தரும் வேறுபட்ட நிலை உண்டு என்று சொல்லலாம். அதுதான் குணம்.

நிர்க்குணம்

உணர்வு ஒன்றியது; எல்லாம் ஒருங்கியது; அப்போது அந்தக் குணமும் மறைந்தது. அடையாளம் ஒழிந்தது. நான் அநுபவிக்கிறேன் என்ற உணர்வும் மறைந்தது. மயக்க மருந்தை மூக்கிலே காட்டும்போது டாக்டர் ஒன்று இரண்டு என்று எண்ணச் சொல் கிறார். எண்ணிக் கொண்டே வருகிறவன் கடைசியில் எண்ணுவதை மறந்து தன்னையும் மறந்து விடுகிறான். அது போன்ற நிலை இப்போது வருகிறது. இது வரையில் ஏதோ பிழம்பாகத் தோன்றிய ஒன்றில் மூழ்கிச் செயலற அனுபவ உணர்ச்சி மாத்திரம் தோற்றியது. இப்போது அதுவும் நழுவியது. அநுபவம் இது, அநுபவிப்பவன் நான் என்ற வேறுபாடே இல்லை. நிர்க்குண மான நிலையில் தன்னையும் மறக்கும் அநுபவம் ஏற்படுகிறது. கருவி கரணம் கழன்ற நிலை இது என்பார்கள்.

இத்தகைய அநுபவத்தைப் படிப்படியாகச் சொல்கிறார் அருணகிரியார்.

'நான் உன்னை உணர்ந்தேன். இடையே வாசனை கலைத்தது. மீட்டும் உணர்ந்தேன். இந்த உணர்ச்சியை அடுத்தடுத்து இயங்கச் செய்தேன்.'

நின்னை உணர்ந்து உணர்ந்து.

'நினைப்புக் கடந்து உணர்வுலகத்திலே பலமுறை ஊற்றம் பெற்று முறுகியபோது, பல திசையிற் சிதறிய எண்ணமும் உணர்வும் ஒன்றி ஒருமுகப்பட்டன. அப்போது வடிவில்லாத, உருவில்லாத அடையாளமில்லாத, குணமில்லாத, நிர்க்குணமே பூண்டிருந்தேன்.'

நின்னை உணர்ந்து உணர்ந்து எல்லாம்
ஒருங்கிய நிர்க்குணம் பூண்டு.

'அப்போது நான் பெற்ற அநுபவம் வேறு, நான் வேறு என்ற உணர்வு இல்லை. நீ வேறு, நான் வேறு என்ற உணர்வும் இல்லை. நானே அங்கு இல்லை. என்னையே மறந்திருந்தேன்.'

எல்லாம் ஒருங்கிய நிர்க்குணம்பூண்டு
என்னை மறந்திருந்தேன்

தன்னையே மறந்த நிர்க்குண நிலையில், உணர்வின் இயக்கமும் ஒழிந்து ஒருங்கிய நிலையில், உடம்பு இறந்துவிட்டதாம். உடம்பை இயக்கும் உயிரே உணர்வற்று நிற்கும்போது உடம் புணர்வு எங்கே எழப்போகிறது?

உள்ளே போட்ட சட்டையோடு கழற்றும் போது வெளிச்சட்டை யும் கழலுவதுபோல, தன்னையே மறந்த நிர்க்குண நிலையில் உடம்பும் மறந்துபோவது இயல்பு தானே?

முருகனுடைய தியானத்தினால் இந்த அநுபவம் விளைந்த தென்று அருணகிரிப் பெருமான் சொல்கிறார்.

என்னை மறந்திருந்தேன், இறந்
தேவிட்டது இவ்வுடம்பே.

முருகனுடைய வீர வேலையும் கடம்பமாலையையும் நினைத்துத் தியானம் பண்ணத் தொடங்கினால் நாளடைவில் நினைப்பிலே ஒருமை உண்டாகும்; பிறகு உணர்வு தலைப்படும்; அப்பால் உணர்வில் ஒருமைப்பாடு வரும்; எல்லாம் ஒருங்கிய ஒருமைப்பாட்டிலே குணங்குறி கடந்த நிர்க்குண அநுபவம் நிகழும்; அப்போது கருவி கரணம் கழன்று, தன்னை மறந்து, தன் உடம்பை மறந்து நிற்கும் இன்பம் ஏற்படும்.

சொன்ன க்ரவுஞ்ச கிரிஊ
டுருவத் தொளைத்தவைவேல்
மன்ன! கடம்பின் மலர்மாலை
மார்ப!மௌ னத்தை உற்று
நின்னை உணர்ந்துஉணர்ந்து எல்லாம்
ஒருங்கிய நிர்க்குணம்பூண்டு
என்னை மறந்திருந்தேன்; இறந்
தேவிட்டது, இவ்வுடம்பே.

[தங்க மயமான கிரவுஞ்சமலை ஊடுருவும்படியாகத் தொளைத்த கூர்மையையுடைய வேலாயுதத்தைக் கொண்ட மன்னனே! போகத்துக் குரிய கடம்பமலர் மாலையை அணிந்த மார்பை உடையவனே! வாயால் பேசுவதை ஒழிந்து மௌனத்தை அடைந்து, நின்னைப் பலகால் உணர்ந்து உணர்ந்து முயற்சி யாவும் ஒருமுகப்பட்ட நிர்க்குண நிலையைப் பூண்டு என்னை மறந்திருந்தேன்; அப்போது இவ்வுடம்பு உணர்ச்சியற்று இறந்தே போய்விட்டது.

சொன்னம் - தங்கம்.வை - கூர்மை. நிர்க்குணம் - குணம் அற்றது.]

மௌனத்தை உற்று என்றது வாய் பேசுவதை ஒழிந்த நிலை; நிர்க்குணம் பூண்டு என்றது மனம் சிந்தித்தலை ஒழிந்த நிலை; இறந்தேவிட்டது இவ்வுடம்பே என்றது உடம்பு உணர்ச்சியை மறந்த நிலை. இவை முறையே வாங் மௌனம், மனோ மௌனம், காஷ்ட மௌனம் எனப் பெறும்.

வாயால் பேசுவது நின்று மனத்தால் சிந்திப்பதும் நின்றால் உடம்பு தானே உணர்விழந்துவிடும். நான் என்ற உணர்வும் அற்றுப் போகும். இதையே சமாதி நிலை என்று கூறுவர் பெரியோர்.

"உல்லாச நிராகுல யோக இதச்
சல்லாப விநோதனும் நீ அலையே?
எல்லாம் அற என்னை இழந்தநலம்
சொல்லாய், முருகா! சுரபூபதியே!"

என்ற அநுபூதிப் பாட்டில், "என்னை இழந்த நலம்" என்று குறிப்பிப்பதும் இந்த நிலைதான்.

அருளும் பொருளும்

உடம்பு இருந்தும் இல்லாது போன்ற நிலையை, கருவி கரணங்கள் கழன்று உடம்பின் வாசனை எல்லாம் போய்ப் புளியம் பழம் ஓட்டோடு ஒட்டாமல் இருப்பது போன்ற அநுபவ நிலையை, அருணகிரிநாதர் முன் பாட்டில் சொன்னார். "இறந்தே விட்டது இவ்வுடம்பே" என்று முடித்த அவருக்கு, உடம்பை விட்டு இறந்தே போகின்ற மக்களைப் பற்றிய நினைப்பு வந்தது. வந்தவுடன் இரக்கம் பிறந்தது.

கோபமும் இரக்கமும்

உடம்பை விட்டுச் செல்ல வேண்டிய மக்கள், உடம்பு இருக்கும் பொழுதே, நிச்சயமாக உயிர் உடம்பை விட்டுப் போகப் போகிற தென்று உணர்ந்து, அதனிடம் உள்ள பற்றை அகற்றிவிட்டால் ஒருவிதமான துன்பமும் இல்லை. ரெயில் வருகிறதென்று தெரிந்தவுடனே மூட்டை முடிச்சுக்களை எல்லாம் ஆயத்தமாக எடுத்து வைத்துக் கொண்டால் வந்தவுடன் ஏறிக் கொண்டுவிடலாம். வண்டி வந்த பிறகு மூட்டை முடிச்சைக் கட்ட ஆரம்பித்தால் வண்டி நகர்ந்துவிடும். உடம்பு இருக்கும் பொழுதே அதனிடம் பற்று இல்லாமல் இருந்தால் பின்னால் துன்பம் இல்லை.

உடம்பினிடம் உள்ள பற்றை விடுவது இருக்கட்டும். உடம்பினால் உழைத்துச் சேமித்து வைத்துள்ள பொருள்களிடம் கொண்டுள்ள பற்றையே விட முடியவில்லையே! இந்த நினைப்பு அருணகிரியாருக்கு வந்தது. சிறிது கோபமும் உண்டாயிற்று. நல்லவர்களுக்குக் கோபம் வந்தால் கல்லால் அடிக்க மாட்டார்கள்; சொல்லால்

அடிப்பார்கள். பொருளின் மேல் அழுத்தமான பற்றை உடையவர்களைப் பார்த்து,

மதியிலிகாள்!

என்று அழைக்கிறார். பின்பு இரக்கம் வருகிறது. "பணத்தைச் சேர்த்து வைத்துக் கொண்டு வாழத் தெரியாமல் இருக்கிறீர்களே!" என்று இரக்கப்படுகிறார்.

வாழத் தெரிந்தவர்கள்

உலகத்தில் வாழத் தெரியாதவர்கள் யார், வாழத் தெரிந்தவர்கள் யார் என்று கேட்டால், பெரும்பாலான மக்கள் என்ன விடை சொல்வார்கள்? யார் பணம் சேர்த்து வைத்துக் கொள்ளவில்லையோ அவர்களே வாழத் தெரியாதவர்கள் என்றும், பணம் உடையவர்களே வாழத் தெரிந்தவர்கள் என்றும் சொல்வர். அருணகிரிநாதர் அப்படிச் சொல்லவில்லை.

இந்த உலகத்தில் சுகமாக வாழலாம்; பல சௌகரியங்களைப் பெற்று வாழலாம். அத்தகைய வாழ்வுக்குக் கருவியாய் இருப்பது பணம். அதனால்தான் பணம் உடையவனை வாழத் தெரிந்தவன் என்றும், பணம் இல்லாதவனை வாழத் தெரியாதவன் என்றும் உலகத்தார் சொல்கிறார்கள். பணம் உள்ளவன் அந்தப் பணத்தை வாழ்வதற்குரிய கருவியாகக் கொண்டு பொருள்களை வாங்கிப் பயன்படுத்த இயலும்; அப்படிச் செய்வான் என்ற நினைப்பில், பணமுள்ளவன் வாழ்கிறவன் என்கிறார்கள். அப்படி இல்லாமல் பணத்தைப் பத்திரமாக வைத்துக் கொண்டு பயன்படுத்தாமல் இருப்பவனைப் பாராட்டுவதில் பொருள் இல்லை. பணத்தை வைத்துக் கொண்டிருந்தும் வாழத் தெரியாதவன் அவன் என்றே சொல்ல வேண்டும்.

ஒருவன் பாங்கில் நிறையப் பணம் வைத்துக் கொண்டிருக்கிறான்.ஒரு நாள் அவனுக்கு ஆயிரம் ரூபாய் உடனே தேவையாய் இருக்கிறது. பாங்கியில் பணம் எடுக்க

முடியாது; அன்று ஞாயிற்றுக்கிழமை. அவன் ஓடிப் போய்ப் பக்கத்து வீட்டுக்காரனிடம் ஆயிர ரூபாய் கடன் வாங்கி வர வேண்டிய அவசியம் ஏற்படு கிறது. பணம் இருந்தும் சமயத்துக்குப் பயன்படாதபோது அவன் படுகிற பாடு அவன் உள்ளத்துக்குத் தெரியும். அந்த ஒரு நாள் அவன் பிறரை நம்பி வாழ்பவன் ஆய்விடுகிறான். வாழ்நாள் முழுவதும் பணத்தைப் பயன்படுத்தாமல் வாழ்கிறவர்களைப் பற்றி என்ன சொல்வது? அவர்களை எண்ணி இரங்குகிறார் அருணகிரியார்

கோழிக் கொடியன் அடிபணி யாமல்
குவலயத்தே
வாழக் கருதும் மதியிலி காள்! உங்கள்
வல்வினைநோய்
ஊழிற் பெருவலி உண்ணாட் டாது,உங்கள்
அத்தம் எல்லாம்
ஆழப் புதைத்துவைத் தால்வரு மோநும்
அடிப்பிறகே?

வாழ்வதற்குப் பொருள் அவசியம் என்று உலகம் சொல்கிறது. அருணகிரிநாதரோ அருள் அவசியம் என்று சொல்கிறார். கோழிக் கொடியனுடைய அடியைப் பணிந்து அருள் பெற்றால் இந்தக் குவலயத்தில் வாழலாம். அப்படி வாழத் தெரிந்து கொள்ளாத வர்கள் மதியிலிகள் என்பது அவர் கருத்து.

கோழிக் கொடியன் நினைவு

நம்முடைய வாழ்நாள் பல ஆண்டுகளை உடையது. ஒவ்வோர் ஆண்டிலும் மாதங்கள் உண்டு. மாதம் பல நாட்களால் ஆனது. ஒவ்வொரு நாளின் ஆரம்பத்தையும் காலை என்று சொல்கின்றோம். நாம் தூங்கி விழித்தவுடன் நமக்கு நாள் தொடங்குகிறது. நமக்கு விழிப்பை ஊட்டவும் நாள் ஆரம்பமாயிற்றென்று அறிவிக்கவும் கோழி கூவுகிறது. வாழ்நாளில் பரீட்சைக்குப் படிக்கிற குழந்தை களுக்கு

ஒவ்வொரு நாளும் அலாரம் அடிப்பதிலிருந்து தொடங்குவது போல, பழங்காலத்தில் வாழ்ந்து கொண்டிருந்த மக்களுக்கு ஒவ்வொரு நாளும் கோழி கூவுதலிலிருந்து தொடங்கிற்று. சூரியன் தன் பொற் கிரணங்களைப் பரப்பிக் கொண்டு வான வீதியிலே எழுந்து வரப் போகிறான் என்பதை நினைவுறுத்தக் கோழி கூவுகிறது. அதைக் கேட்டவுடனே நாம் எழுந்து செய்ய வேண்டிய காரியங்களைச் செய்யத் தொடங்குகிறோம்.

மணி பார்க்கிறவன் கடியாரத்தை மறக்கலாமா? மணி பார்க்கும்போது கடியாரத்தையும் பார்த்து அதற்கு எப்போது சாவி கொடுக்க வேண்டுமென்பதை நினைப்பது முறை. அப்படியே காலையில் கூவி எழுப்பும் அந்தக் கோழியை நாம் நினைத்துப் பார்க்க வேண்டும். அந்த நினைப்பை மேலும் வளரவிட்டுத் தொடர்ந்து, கோழியைக் கையில் கொடியாக ஏந்திய ஆண்ட வனை நினைக்க வேண்டும். வாழ்வில் ஒவ்வொரு நாளும் தொடங்கும்போது முருகனை நினைப்பதற்கு வாய்ப்பாக அல்லவா கோழி கூவுகிறது?

நாமோ கோழியின் குரலைக் கேட்டுத் தினமும் எழுந்திருக் கிறோம். ஆனால் அந்தக் குரலையுடைய கோழியையும் நினைப்பதில்லை; அதைப் பிடித்த ஆண்டவனையும் நினைப்பதில்லை. கோயிலுக்குச் சென்று அங்குள்ள கொடி மரத்தில் இருக்கும் கோழியைப் பார்த்துக் கும்பிடா விட்டாலும், நாம் விரும்பினாலும் விரும்பாவிட்டாலும் கோழி நம் வாழ்க்கையில் ஒவ்வொரு நாளும் தன்னை நினைப்பூட்டுகிறது; முருகனையும் நினைப்பூட்டுகிறது. எவ்வளவு எளிதில் முருகனுடைய நினைப்பை உண்டாக்கிக் கொள்ளலாம்!

கோழிக் கொடியைப் படைத்த கரம் முருகன் திருக்கரம். அந்தக் கோழிக் கொடி முருகனது திருக்கரத்தின் நினைப்பை உண்டாக்கி, அப்பெருமானின் பாதத்தில் புக வேண்டுமென்ற நினைப்பையும் உண்டாக்கிவிடும். முருகனுடைய அன்பர் களுக்குக் கோழியின் குரல் கேட்ட மாத்திரத்தில் அத்தகைய நினைப்பே வரும்.

அவன் நினைப்பு இல்லாமல் இந்த உலகத்தில் வாழ முடியுமா? உலகத்தில் வாழ வேண்டுமென்று நினைக்கிற மக்கள், பொழுது விடிந்துவிட்டது என்று தெரியாமல் வாழ முடியுமா? விடிந்தது என்பதற்கு அறிகுறி கோழி. விழித்துக் கொள்பவனுக்குக் கோழி யின் குரல் காதில் விழும். நன்றாக விழித்துக் கொள்பவனுக்குக் கோழிக் கொடியன் அடி மனத்தில் தோன்றும்.

கோழிக் கொடியன் அடிபணி யாமல் குவலயத்தே வாழக் கருதும் மதியிலி காள்!

அருளா, பொருளா?

"கோழிக் கொடியை உடையவனைப் பணியாமல் இந்த உலகத்தில் வாழ விரும்புகிற புத்தி அற்றவர்களே!" என்று ஆரம்பிக்கிறார் அருணகிரியார். கோழிக் கொடியனைப் பணிவதால் வருவது அருள். வியாபாரம் முதலியவற்றால் வருவது பொருள்.

பொருள் இருந்தால் போதாது.அருள் இல்லாவிட்டால் இவ்வுலகில் வாழ முடியாது.

"அருள் இலார்க்கு அவ்வுலகம் இல்லை, பொருளிலார்க் கிவ்வுலகம் இல்லாகி யாங்கு"

என்று வள்ளுவர் சொல்கிறார். அதனால், "அருள் இந்த உலகத் திற்கு வேண்டியதில்லை. இந்த உலகத்தில் பொருள் இல்லா விட்டால் இன்பம் இல்லை" என்று சிலர் சொல்வர். அப்படிச் சொல்வது முறையன்று. இந்த உலகத்தில் அருளைப் பெறாதவர்களுக்கு அந்த உலகம் இல்லை. இந்த உலகத்தில் வாழும்போதே அருளைச் சேமித்துக் கொள்ள வேண்டும். அது மறுமையில் பயன்படும். இங்கே அருளும் பொருளும் உடையவன் இம்மையும் மறுமையும் நல்வாழ்வு பெறுவான். இதுதான் அக்குறளுக்குப் பொருள். பொருள் மாத்திரம் இருந்தால் வாழ்ந்துவிடலா மென்பதை மறுக்கிறார்

அருணகிரிநாதர். அருள் இருந்தால்தான் அந்தப் பொருளினால் நல்ல பயனை அடைந்து வாழ முடியும்.

அருள் தரும் முருகனைப் பணிந்து வாழ வேண்டும். "அவன் திருவடிகளைப் பணியாமல் வாழ்ந்துவிடலாம் என நினைக்கிற மதி அற்றவர்களே, நீங்கள் நினைப்பது முடியாத காரியம்" என்று அறிவுறுத்துகிறார் முனிவர்.

இவ்வுலகிலுள்ள கோழி சூரியன் கிளம்புகிறான் என்பதற்கு அடையாளமாகக் கூவுகிறது. முருகன் திருக்கையில் உள்ள கோழி ஞான சூரியனான ஷண்முகநாதப் பெருமானை நினைத்துக் கூவுகிறது. புறத்தில் இருக்கும் இருள் விடிவது போல, அகத்தில் இருக்கும் இருள் விடிந்தால்தானே உண்மையாக வாழ முடியும்?

வாழ்வு என்பது என்ன?

வாழ்வு என்பது என்ன? ஒருவன் நூறு ஆண்டுகள் வாழ்ந்தான் என்றால் நூறு ஆண்டுகள் உயிரோடு இருந்தான் என்பது பொருள் அல்ல. நல்ல நெறியில் இன்பமாக வாழ்வதே வாழ்வு; நல்லது அல்லாத வழியில் வாழ்நாள் போவது தாழ்வு. அவன் நன்றாக வாழ்ந்தவன் என்பதற்கு நல்ல நெறியிலே சென்று இன்ப வாழ்வு வாழ்ந்தவன் என்பதே பொருள். உயிரும்,உடம்பும் ஒட்டிப் பல காலம் கிடப்பதை நல்ல வாழ்க்கை என்று சொல்ல இயலாது.

பொருளால் வாழ்வு உண்டா?

இப்போது, நன்றாக வாழ்கிறவன் என்று பொருள் நிறைய வைத்துக் கொண்டிருப்பவனைச் சொல்கிறார்கள். பொருளினால் இன்பம் உண்டாவதனால் பொருளுடையோனை இன்பம் உடையவன் என்று சொல்லிவிடுகிறார்கள். பொருள் நிறைய இருப்ப தனால் மட்டும் இன்பம் உண்டாகாது என்பதை அமெரிக்காக் காரர்களைக் கேட்டால் சொல்வார்கள். அவர்களிடம் உள்ள பொருள் உலகத்தில் வேறு யாரிடமும் இல்லை. பொருளை

மலைமலையாகக் குவித்து வைத்திருக்கிறார்கள். ஆனால் அந்தப் பொருள் ஒவ்வொரு கணமும் அவர்களுக்குப் பயத்தைத் தருகிறது. இன்பத்தைத் தரவில்லை. ரஷ்யாக்காரர்களைக் கண்டு ஒவ்வொரு நாளும் அமைதியற்ற வாழ்க்கையை நடத்துகிறார்கள்.

ஆண்டவன் திருவருளைப் பெறும் முயற்சி எதுவோ அந்த முயற்சி உடையவர்கள்தாம் உண்மையில் அமைதியுடன் வாழ்கிறார்கள்; இன்பமாக வாழ்கிறார்கள்.

இறைவனை நினைக்காமல் வாழ்கின்றவர்கள் தங்களை எவ்வளவு அறிஞர்கள் என்று சொல்லிக் கொண்டாலும் அருண கிரிநாதர் அவர்களை, "மதியிலிகாள்" என்கிறார். நல்ல நெறியில் போகாத குழந்தையைப் பார்த்து வையும் உரிமை தாய்க்கு உண்டு. உலகிலுள்ள மக்கள் எல்லாரும் இன்பம் பயக்கும் நெறியைப் பின்பற்ற வேண்டுமென்ற பரம கருணையுடைய தாயைப் போன்ற அருணகிரியார், அந்நெறியே போகாமல் அல்லாத நெறியில் போவோரைப் பார்த்து, 'மதியிலிகாள்" என்று அழைப்பது தவறாகுமா?

பொருள் தொடர்ந்து வருமா?

"நாங்கள் என்ன, புத்தியில்லாதவர்களா? எங்களிடம் அளவற்ற பணம் இருக்கிறது. நன்செய், புன்செய் நிலங்கள் நிறைந்திருக் கின்றன. நாங்கள் நினைத்தால் எங்கள் புத்தியைக் கொண்டு இன்னும் பத்தாயிரம் மடங்காகப் பெருக்கிக் கொள்வோம்" என்று சிலர் சொன்னார்கள். அவர்களைப் பார்த்து, "உங்கள் சொத்துச் சுதந்தரம் எல்லாம் மறுமையிலே பயன்படுமா?" என்று கேட்கிறார்.

உங்கள் வல்வினைநோய்
ஊழிற் பெருவலி உண்ணஒட்டாது, உங்கள்
அத்தம் எல்லாம் ஆழப் புதைத்துவைத் தால்வரு
மோநும் அடிப்பிறகே?

"நீங்கள் சேர்த்து வைத்திருக்கும் அத்தம் - பொருள் - எதற்குப் பயன்படும்? நீங்கள் இறந்த பிறகு உங்களுடன் தொடர்ந்து வருமா? அதைப் புதைத்து வைக்கிறீர்களே! அது இப்போதும் பயன்படவில்லை; இனிமேலும் பயன்படாது" என்கிறார்.

வல்வினை நோய்

மக்கள் பாதுகாத்து வைத்திருக்கும் பொருள் அப்படியே அவர்களுக்குப் பயன்படும் என்று சொல்ல இயலாது. கோடி கோடியாகப் பணத்தைச் சேமித்து வைத்திருக்கிறவன் தன் வீட்டில் ஒரு கவளம் உண்ண முடிவதில்லை; வயிற்று வலி, வயிற்று வலி என்று துடித்துக் கொண்டே இருக்கிறான்.

ஒருவன் அமெரிக்கா போகிறான். அவன் அங்கே தங்கப் போகிற ஆறு மாத காலத்திற்கு வேண்டிய பணத்தை டாலர்களாக மாற்றி அந்நாட்டில் உள்ள பாங்கில் போட்டுவிடுகிறான். அவன் தனி விமானத்தில் போகிறான். அவன் வரப்போகிறான் என்று அமெரிக்க விமான நிலையத்தில் பலர் காத்து நிற்கிறார்கள். இங்கே புறப்பட்டவன் அங்கே போய்ச் சேரவில்லையே! கெய்ரோ போவதற்குள்ளேயே மார்படைக்கிறது; இறந்து போகிறான். அவன் விமானத்தில் ஏறுவதற்கு முன் டாக்டர்கள் அவனைப் பரிசீலனை செய்து பார்த்தார்கள். ஆனால் அவர்களுக்கு இப்படி ஆகும் எனத் தெரியவில்லையே! அது எதனாலே வந்தது தெரியுமா? அதற்குக் காரணம் வல்வினை நோய் என்கிறார் அருணகிரியார்.

"ஒரு வியாதியும் இல்லை. நேற்று வரை ஜுரம், தலைவலி என்று கீழே படுத்தது இல்லை. ஆளைப் பார்த்தால் கல்லுக் குண்டு போல் இருந்தான். அவன் இன்று செத்துப் போய் விட்டானே! நம்ப முடியவில்லையே!" எனச் சொல்கிறோம். நோய் இல்லை; நொடி இல்லை; ஆனால் எப்படி மரணம் அடைந்தான்? அருணகிரியார் சொல்கிறார்; "நீ சொல்கிற நோய் அல்ல அது. நீ சொல்கிறது உடம்புக்கு வருகிற நோய்.

இது வல்வினை நோய். பொல்லாத ஊழ்வினை நோய்" என்கிறார்.

நல்வினை நலம்

நல்வினை வேறு; வல்வினை வேறு. நல்வினை இருந்தால் என்ன ஆகும்? அவன் பம்பாய் போக விமானத்தில் இடம் பதிவு செய்திருப்பான். அந்தச் சமயம் பார்த்து யாராவது வருவார். அதனால் பயணத்தை ஒத்திப் போட்டு விடுவான். அன்று இரவு அவன் பிரயாணம் செய்ய இருந்த விமானம் போகும்போது நடுவழியில் எரிந்து விழுந்து விட்டது எனப் பத்திரிகையில் மறுநாள் வரும். அவன் அன்று போயிருந்தால் என்ன ஆயிருக்கும்? அவன் நல்வினை அவனுக்கு அரணாக இருந்தது.

ஒருவர் ஆயிரக்கணக்கில் செலவழித்துப் பெண்ணுக்குக் கல்யாணம் நிச்சயம் செய்தார். கல்யாணத்தன்று பிள்ளை வீட்டார் பெண்ணுக்கு வைர அட்டிகை போட்டால்தான் கல்யாணம் நடக்கும் என்று சொன்னார்கள். வைர அட்டிகைக்குப் பெண்ணின் தந்தை என்ன செய்வார்! பெருந்தொகையைச் செலவழித்துக் கல்யாணத்திற்கு ஏற்பாடு செய்துவிட்டார். வைர அட்டிகை இல்லாமல் பிள்ளை வீட்டார் பெண்ணைக் கல்யாணம் செய்து கொள்ள மறுத்தார்கள். அந்தச் சமயம் பார்த்துச் சம்பந்திகளுக்குச் சந்தனம் கொடுக்கக் கையில் பேலாவுடன் அவர் மருமான் வந்தான்."வாடா பயலே, இங்கே" என்று அவனைக் கூப்பிட்டு அவன் மார்பிலே சந்தனம் பூசி, "நீ உட்காரடா கல்யாணப் பந்தலிலே; என் பெண்ணைக் கல்யாணம் செய்துகொள்" என்று சொல்லி அவனுக்கு மணம் செய்து வைத்தார். அவன் நல்வினை அப்படி வந்தது. நல்வினை நலம் இப்படியெல்லாம் விளையும்; வல்வினை நோய் நேர்மாறாக விளையும்.

வல்வினையின் விளைவு

உடம்பு குண்டாக, வியாதி இல்லாமல் வாழ்கிறவருக்குத் திடீரென்று உயிர் போகிறது. எத்தனை பணம் சேமித்து வைத் திருந்தால் என்ன? அவை அவருக்குப் பயன்படுகின்றனவா? பணம் பணம் என்று அதைச் சேமிக்க அவர் என்ன பாடுபட்டார்! வீட்டிற்குள் அவற்றைப் புதைத்து வைத்துப் பூதம் போல யாரும் எடுக்காமல் இருக்க வேண்டுமே என்று காவல் காத்தார். அது அவருக்காவது பயன்பட்டதா? இல்லை. அவர் உயிரைக் கொண்டு போக எந்த வியாதி வந்தது? அதுதான் வல்வினை நோய்.

தலைவிதியாகிய ஊழில் பெரிய வலிமையுடைய பகுதி அது. ஊழிற் பெருவலியாகிய பொல்லாத வல்வினையென்னும் நோய் வாழ்வில் புகுந்து துன்பத்தை உண்டாக்குகிறது. ஊழுக்கு ஏற்பப் போகம் தருகிறவன் ஆண்டவன். அது அவன் சக்தியால் இயங்குகிறது தவிர நம் சக்தியால் அல்ல. இறைவன் அருளாணை நல்வினை, பொல்லாத வினை ஆகியவற்றைக் காரணமாகக் கொண்டு இயங்குகிறது. மின்சார சக்தியானது பல்பை இடமாகக் கொண்டால் ஒளி வீசுகிறது. ரெப்ரிஜிரேட் ரோடு சேர்ந்து இயங்கும் போது தண்மை அளிக்கிறது. அது தண்மைதான் அளிக்கும் எனச் சொல்ல முடியுமா? ஹீட்டரோடு சேரும்போது வெப்பத்தை அளிக்கிறது. ஆகவே மின்சாரம் வெப்பத்தைத்தான் தரும், தண்மையைத்தான் தரும், ஒளியைத் தான் தரும், ஒலியைத் தான் தரும் எனச் சொல்லமுடியுமா? எல்லாவற்றையும் அது தருகிறது. எதனோடு இணைக்கப் படுகிறதோ அதற்கு ஏற்றபடி விளைவு உண்டாகிறது. இவை எல்லாவற்றையும் அளிக்கும் மின்சார சக்தி ஒன்றுதான். ஆண்டவன் அருளாணையும் அத்தகையதுதான். பாவமாகிய வல்வினை உள்ளவனுக்கு அவன் அருளாணையால் துன்பம் விளைகிறது. புண்ணியம் அவனது ஆணை யோடு சேரும்போது இன்பம் விளைகிறது.

ஊழின் வகை

ஊழ், ஆகூழ் என்றும் இழவூழ் என்றும் இரண்டு பிரிவாக நிற்கிறது. புண்ணியப் பயனால் இன்பத்தைத் தரக் காரணமாக திருப்பது ஆகூழ்; நல்ல ஊழ். அது நல்வினை விளைவாகிய நலம். பாவத்தின் பயனாகத் துன்பத்தைத் தருவது இழவூழ். அது பொல்லாத ஊழ். அது வல்வினையின் விளைவாகிய நோய். "ஊழிற் பெருவலி யாவுள' என்று வள்ளுவர் சொல்கிறார். அருணகிரியாரும், "ஊழிற் பெருவலி" என்கிறார்.

நல்வினை நலமும் வல்வினை நோயும் சேர்ந்ததே ஊழ் என்றால், வல்வினை நோயையே பெருவலி என்று சொல்வது ஏன்? அதுதான் பெரும்பான்மையானது. "ஆண்டவன் நமக்குத் துன்பத்தைக் கொடுக்கிறான். மற்றவருக்கு இன்பத்தைக் கொடுக்கிறான். இப்படிப் பட்சபாதமாக அவன் நடக்கிறானே" என்று சொல்லக்கூடாது. அவனுடைய சக்தி எல்லோருக்கும் பொதுவாகவே இயங்குகிறது. ஆடிக் காற்று அடித்தால் ஆலம்பழுப்பு உதிர்ந்து பறக்கிறது. கொந்தளிக்கும் கடல் அலைகளை வாரி வாரி வீசுகிறது. இலவம் பஞ்சு பறக்கிறது. மலையோ அசையாமல் நிற்கிறது. காற்றின் வேகம் பொதுவானது. அதைத் தாங்கும் சக்தியுள்ள பொருள்கள் நிலையாக இருக்கின்றன. மற்றவை பறக்கின்றன. பறப்பதும், நிலையாக இருப்பதும் அந்த அந்தப் பொருள்களைச் சார்ந்தவையே தவிரக் காற்றுப் பாரபட்சமுடையது எனச் சொல்லலாமா? அப்படியே இறைவனுடைய அருட் சக்தி எல்லோருக்கும் பொதுவாக இருக்கிறது. அவரவர்களுடைய பாவ புண்ணியத்திற்கு ஏற்பத் துன்பமும், இன்பமும் விளைகின்றன.

விதியின் சக்தியை நாம் எப்பொழுது உணர்கிறோம்? இன்பம் உண்டாகும் போது யாரும், "இது என் தலைவிதி" என்று சொல்வது இல்லை."என்ன ஐயா, உங்கள் பையன் பி.ஏ. முதல் வகுப்பில் தேறியிருக்கிறானாமே?" என்றால் யாராவது, "இது என் தலை எழுத்து" என்று சொல்கிறார்களா? "வியாபாரத்தில் உங்களுக்கு நஷ்டம் உண்டாகிவிட்டதாமே?" என்றால்,

"எல்லாம் என் தலை எழுத்து" என்கிறார். லாபத்தைத் தலையெழுத்து என்று சொல்வ தில்லை. ஆனால் தலையெழுத்து லாபம், நஷ்டம் இரண்டுக்கும் ஆதாரமாக இருக்கிறது. இருந்தாலும் ஊழின் விளைவு பெரும் பாலும் தீமையாக இருப்பதனால் வல்வினை நோயே ஊழிற் பெருவலிமையுள்ள பகுதியாகத் தோன்றுகிறது. அந்த வல்வினை நோய் எவ்வளவு பொருள் ஈட்டி வைத்தாலும் அவற்றை நுகர விடுவதில்லை.

உங்கள் வல்வினை நோய்
ஊழிற் பெருவலி உண்ணஒட்டாது.

கைக்கு எட்டியது

பழம் இருந்தும், அதை எடுத்து எண்ணும் கை இருந்தும், வாய் இருந்தும், வயிறு இருந்தும், பழம் கை வரைக்கும் வருகிறது; அதற்கு மேல் போகாமல் ஊழ் தடுத்து விடுகிறது. "கைக்கு எட்டியது வாய்க்கு எட்டவில்லை" என்ற பழமொழியைக் கேட்டிருக்கிறோம். அந்தப் பழமொழி காரைக்கால் அம்மையாரின் வரலாற்றை நினைக்கச் செய்கிறது.

புனிதவதி என்ற பெயருடைய அப்பெருமாட்டியார் பிறந்து மொழி பயின்ற போதிலிருந்தே சிவபெருமானைத் தவிர வேறு யாரையும் நினைக்காதவர். ஆண்டவனிடம் இடையறாத பக்தி இளமைப் பருவத்திலிருந்தே வளர்ந்தது. அம்மையாருக்கு முறைப் படி திருமணம் ஆயிற்று. பரம தத்தன் என்ற அவருடைய நாயகன் ஒரு நாள் கடையிலிருந்து இரண்டு மாங்கனிகளை வீட்டிற்கு அனுப்பி வைத்தான். பிற்பகல் இரண்டு மணிக்கு அவன் கடையிலிருந்து வீட்டிற்குச் சென்று சாப்பிடுவது வழக்கம். தம் நாயகனுக்காக அந்த அம்மையார் உணவு சமைத்துக் கொண்டிருந்த போது ஒரு சிவனடியார் மிகவும் பசியான இருக்கிறது என்று வீட்டிற்கு வந்தார். அவருக்கு உணவு படைக்க வேண்டுமென்பது புனிதவதியாரின் எண்ணம். காய்கறிகள் இன்னும் சமைக்கவில்லை. அன்னம் ஒன்றுதான் வடித்து இறக்கி

வைத்திருந்தார். சிவனடியாரோ மிக்க பசி என்கிறார். அம்மையார் என்ன செய்வார்? அன்னத்தைப் பரிமாறி ஒரு மாங்கனியையும் படைத்து, அவரை உபசரித்து அனுப்பி விட்டார்.

பிற்பகல் இரண்டு மணிக்கு அவருடைய நாயகன் வீட்டிற்கு வந்தான். அவனுக்கு உணவு படைத்து, மீதியிருந்த ஒரு மாங்கனியையும் கொண்டு வந்து வைத்தார். அந்த மாங்கனியைச் சுவைத்தவன், "இது மிகவும் நன்றாக இருக்கிறது. இரண்டு பழம் வாங்கி அனுப்பினேனே; மற்றதையும் கொண்டு வந்து போடு" எனச் சொன்னான். புனிதவதியார் மற்றொரு மாங்கனிக்கு எங்கே போவார்? அதைத்தான் சிவனடியாருக்குப் படைத்து விட்டாரே! அதை எப்படிச் சொல்வது எனத் தெரியாமல் உள்ளே போனவர், இறைவனை நினைத்துக் கொண்டு அப்படியே நின்று விட்டார். இறைவன் அருள் அப்போது வெளிப்பட்டது. அவர் கையில் ஒரு மாங்கனி விழுந்தது. அவர் மிக்க மகிழ்ச்சி அடைந்தவராய், அதைக் கொண்டு போய் நாயகனுக்குப் படைத்தார்.

அதைச் சுவைத்துத் தின்றான் அவன். அது தனிச் சுவையாக இருந்தது."இது நான் அனுப்பிய பழம் அன்று. இதைப் போன்ற சுவையுள்ள பழத்தை நான் இது வரையில் பார்த்ததே இல்லை. இந்தப் பழம் உனக்கு ஏது?" என்று தன் மனைவியைப் பார்த்துக் கேட்டான். அம்மையார் நடந்த வரலாற்றையும், அந்தப் பழத்தைக் கொடுத்தவன் இறைவன் என்பதையும் கூறிவிட்டார்.

"நீ சொல்வது உண்மையானால் மற்றொரு மாம்பழத்தை வருவித்துத் தா, பார்ப்போம்" எனக் கூறினான்.

அவர் என்ன செய்வார்? உள்ளம் உருகி இறைவனை வழி பட்டார். பின்னும் ஒரு மாம்பழம் கிடைத்தது. அதைக் கொண்டு வந்து தாம் சொன்னவை யாவும் உண்மை என்று மெய்ப்பித்து, அவன் கையில் கொடுத்தார். கையில் கிடைத்த

பழத்தை அவன் புசித்திருந்தால் அவனும் அம்மையாரைப் போல ஞானியாகப் புறப்பட்டிருப்பான். ஆனால் அவன் விதிவிடவில்லை. பழத்தைச் சாப்பிட எடுத்தான். அது மறைந்துவிட்டது. கைக்கு எட்டியது அவன் வாய்க்கு எட்டவில்லை. முதலில் உண்ட பழம் அவனுக்குக் காரைக்கால் அம்மையாரிடம் பக்தியை ஊட்டியது.

இப்படியே தமக்குக் கிடைக்கிற பொருளை அனுபவிக்க மாட்டாமல் எத்தனை பேர் இருக்கிறார்கள்! காரணம் என்ன? "உங்கள் வல்வினை நோய் உண்ண ஒட்டாது" என்கிறார் அருண கிரியார். உண்ணுவதாவது அநுபவித்தல். அநுபவிக் காததற்குக் கையில் பொருள் இல்லாதது காரணம் அன்று. கையில் பொருள் இருந்தும் அநுபவிக்கும் வாய்ப்பு இல்லை. தீவினை கையில் எத்தனை பொருள் சேர்த்து வைத்திருந்தாலும் அவற்றை உண்ண ஒட்டாது.

பொன் புளிவிளங்காய் ஆதல்

ஒருவர் நிறையப் பணம் சேமிக்க வேண்டுமென்று நினைத்தார். ஓர் அணா இரண்டு அணாவாகச் சேர்த்து ஒரு தங்கக்கட்டியாக்கினார். அதை தம் குழந்தைகளுக்குக் கூடத் தெரியாமல் ஓர் இடத்தில் ஒளித்து வைத்திருந்தார். அது கடைசிப் பிள்ளைக்குத் தெரிந்தது. அப்பா செத்துப் போன பிறகு அதை மற்றவர்களுக்குத் தெரியாமல் எடுத்துக் கொள்ளலாம் என்று அவன் காத்திருந்தான். அவருக்கு நோய் உண்டாகி மிகவும் துன்பப்பட்டார். சாகக் கிடந்த அந்தப் பெரியவருக்கு அப்போது தர்மம் செய்ய வேண்டு மென்று ஓர் எண்ணம் தோன்றியது. ஒளித்து வைத்திருந்த தங்கக் கட்டி நினைவுக்கு வந்தது. அவரால் எழுந்திருக்க முடியவில்லை; பேசவும் முடியவில்லை. கையினால், 'அங்கே அந்தத் தங்கக் கட்டியிருக்கிறது' என்று சைகை செய்து காட்டினார். இது மற்றப் பிள்ளைகளுக்குத் தெரிந்துவிடப்போகிறதே என்ற பயம் கடைசிப் பிள்ளைக்கு வந்துவிட்டது. "ஐயையோ! எங்கள் அப்பாவுக்குப் புளி விளாங்காயின் மேலே பிரியம் அதிகம். அது வேண்டுமென்று கையைக் காட்டுகிறாரே;

இப்போது கொடுக்கலாமோ?" என்று வேதனைப்பட்டான் அவன்.

இந்தக் கதை நாலடியாரில் வருகிறது.

***"சிறுகாலை யேதமக்குச் செல்வுழி வல்சி
இறுகிறுகத் தோட்கோப்புக் கொள்ளார் - இறுகிறுகிப்
பின்அறிவாம் என்றிருக்கும் பேதையர் கைகாட்டும் பொன்னும்
புளிவிளங்கா யாம்"***

[சிறு காலை இளம் பருவத்தில், செல்வுழி வல்சி போகும் இடத்துக்குரிய உணவு, தோட்கோப்பு - தோட்சுமை.]

தங்கக்கட்டியை மறைத்து வைத்தவருக்கு அது சமயத்தில் பயன்படவில்லை. அவர் வல்வினை நோய் உண்ண வொட்டா மல் தடுத்துவிட்டது. இத்தகைய அநுபவத்திலிருந்தே,

***உங்கள் அத்தம் எல்லாம்
ஆழப் புதைத்துவைத் தால்வரு மோநும் அடிப்பிறகே?***

என்று கேட்கிறார் அருணகிரியார். "ஆழப் புதைத்து வைக்கின்ற பொருள் எல்லாம் இந்த உலகத்தில் உங்களுக்குப் பயன்படுவதில்லை. வல்வினையாகிய ஊழிற் பெருவலி அவற்றை இந்த உலகத்தில் நீங்கள் அநுபவிக்கும்படி விடுவது இல்லையே! இங்கே பயன்படாவிட்டாலும் மறுமையிலாவது வருமா என்றால் அங்கும் வராதே. உம்முடைய அடியைப் பின்பற்றி வருவதாக இருந்தால் எவ்வளவு புதைத்து வைத்தாலும் நல்லதுதான். அப்படி வருமா? நீங்கள் நடைபோடும்போது உங்களோடு உங்கள் நிழல் வருவது போல அவை வருமா? இப்படி அம்முனிவர் கேட்கிறார்.

புதைத்து வைத்தல்

பழங்காலத்தில் பாங்கிகள் இல்லை. திருடர்கள் பயமோ அதிகம். ஆகவே அக்காலத்தில் தாங்கள் சேமிக்கின்ற செல்வத்தைத் திருடர்களிடமிருந்து காப்பாற்றுவதற்காக வீட்டிற்குள்ளேயே எங்கேயாவது குழி தோண்டிப் புதைத்து வைப்பது வழக்கம்.

பாடுபட்டுத் தேடிப் பணத்தை புதைத்து வைப்பது என்பது அக்காலம். புதைத்து வைக்கும் செல்வந்தான் புதையல்.

ஒரு பழைய வீட்டை வாங்குகிறோம். அதை இடித்துக் கட்டும் போது புதையல் கிடைக்கிறது. புதையல் கிடைப்பது அதிருஷ்டம் எனச் சிலர் நினைக்கலாம். அது அதிருஷ்டமா? தன் உழைப்பினால் சேமித்த பொருளை ஒருவன் புதைத்து வைத்தான். அந்தப் பொருள் அவனுக்குப் பயன்படவில்லை.

உழைப்பினால் சேமித்த பொருள் அவனுக்கே பயன்படவில்லை என்றால், உழைப்பு இல்லாமல் நமக்குக் கிடைக்கும் போது நமக்குத் தானா அது பயன்படப் போகிறது?

புதையலைப் பூதம் காக்கும் என்பர். புதைத்த அச்செல்வத்தை பூதம் போலத்தானே அதைப் புதைத்தவன் காத்திருக்கிறான்? அருணகிரிநாதர் இத்தகைய நிகழ்ச்சிகளை அக்காலத்தில் நேரில் பார்த்தவர் ஆகையால் சொல்கிறார். 'இவ்வுலகத்தில் வாழ்நாளை வீணாக்காமல் வாழ வேண்டும். நல்லதைச் சேமிக்க வேண்டும். இங்கே சேமிப்பவை இரண்டு. ஒன்று அருள். கோழிக் கொடியனுடைய அடியைப் பணிந்தால் அதைச் சேமிக்கலாம். மற்றொன்று பொருள்.

முருகனை மறந்துவிட்டுப் பொருளைச் சேமித்துப் புதைத்து வைத்தால் அது இந்த உலகத்திலும் உதவாது. ஆதலின் அருளைச் சேமிக்க வேண்டும். அருள் கிடைத்தால் பெற்ற பொருளை நாமும் நுகர்ந்து பிறருக்கும் கொடுத்து வாழும்

வகை பிறக்கும்' என்ற எண்ணங்களின் சாரமாக இந்தப் பாட்டை பாடுகிறார்.

கோழிக் கொடியன் அடிபணி
யாமல் குவலயத்தே
வாழக் கருதும் மதியிலி
காள்! உங்கள் வல்வினை நோய்
ஊழிற் பெருவலி உண்ணஒட்
டாது உங்கள் அத்தம் எல்லாம்
ஆழப் புதைத்துவைத் தால்வரு
மோநும் அடிப்பிறகே

[கோழியைக் கொடியாகக் கொண்ட முருகனுடைய திருவடியைப் பணிந்து அவன் அருளைச் சேமிக்காமல் உலகில் நன்றாக வாழ எண்ணும் அறிவில்லாத மக்களே! உங்கள் தீவினை நோய் ஆகிய விதியிலே பெருவலிமை யையுடைய பகுதி நீங்கள் சேமித்த பொருளை உண்ணும்படி உங்களை விடாது.

நீங்கள் உண்ண முடியாமல் இருக்கும் உங்கள் பொருள் எல்லாவற்றையும் நிலத்தில் ஆழமாகப் புதைத்து வைத்தால் அவை நீங்கள் இறந்த பிறகு உங்கள் அடிக்குப் பிறகே உங்களைப் பின்பற்றி வருமா?

வல்வினை - இழவூழ். அது துன்பத்துக்குக் காரணமாதலின் நோய் என்றார். வல்வினையாகிய நோய்; நோயாகிய பெருவலி. அத்தம் அர்த்தம்; பொருள். ஆழ ஆழும்படியாக; மறையும் படியாக. அடிப்பிறகே வருதலாவது, போகும் இடங்களில் எல்லாம் தொடர்ந்து வருதல். உங்கள் அத்தமெல்லாம் உண்ண வொட்டாது, அது வருமோ என்று கூட்டிப் பொருள் செய்க.]

இந்தப் பாட்டுக்கு மறுதலையான குறிப்பை ஆராய்ந்தால், கோழிக்கொடியன் அடிபணிந்தால் குவலயத்தே வாழலாம்; சேமிக்கும் பொருளை உண்ணலாம்; புதைத்து வைக்காமல்

பிறருக்கும் கொடுக்கலாம். அதன் பயனாக விளையும் புண்ணியம் தொடர்ந்து வரும்' என்ற பொருள் கிடைக்கும்.

முற்றும்.

★★★

9 788199 887749